விரதங்களின் மகிமை

கலைமாமணி கே.பி. அறிவானந்தம்

சத்யா

Title:
Virathangalin Magimai
Kalaimamani K.P. Arivanandam

ISBN: 978-93-92474-86-6
Title Code : Sathyaa - 073

நூல் தலைப்பு
விரதங்களின் மகிமை

நூல் ஆசிரியர்
கலைமாமணி கே.பி. அறிவானந்தம்

முதற்பதிப்பு
ஜூன் 2024

விலை : ₹ 160

பக்கம் : 120

Printed in India

Published by
Sathyaa Enterprises
No.137, First Floor,
Choolaimedu,
Chennai - 600 094.
044 - 4507 4203

Email
sathyaabooks@gmail.com

உள்ளே...

1. விநாயக சதுர்த்தி விரதம் — 4
2. கந்த சஷ்டி விரதம் — 32
3. நவராத்திரி விரதம் — 49
4. சிவராத்திரி விரதம் — 66
5. இந்து சமய சடங்குகளும் தத்துவங்களும் — 99

விநாயக சதுர்த்தி விரதம்

ஐந்து கரத்தனை ஆனை முகத்தனை
இந்தின் இளம்பிறை போலும் எயிற்றனை
நந்தி மகன்றனை ஞானக் கொழுந்தினை
புந்தியில் வைத்தடி போற்றுகின் றேனே

விநாயகர் முழுமுதற் கடவுள். எந்தச் செயலைத் தொடங்கினாலும் விநாயகரை முதலில் வணங்கி விட்டுத் தொடங்கினால்தான் சிறப்பாக அமையும். எந்தத் தெய்வத்தை வணங்குவதாகயிருந்தாலும் விநாயகரை முதலில் வணங்கி விட்டுச் சென்றால்தான் வழிபாடு நிறைவாக அமையும். அதனால் ஆதிசங்கரர் ஷண்மதங்களை நெறிப் படுத்தியபோது கணபதி வழிபாடான காணாபத்யத்தை முதலில் வைத்தார்.

சிறுபிள்ளைகள் முதல் பெரியவர்கள் வரை அனைவருக்கும் விருப்பமான தெய்வம் விநாயகர். அதற்குக் காரணம் அவரது வடிவம். யானை முகம், பானை வயிறு, ஒற்றைக் கொம்பு, ஐந்து கரங்கள், பெருச்சாளி வாகனம் என அவரது வடிவமே அதிசயமானதுதான். அந்த அற்புத வடிவத்தை ஔவையார் தனது விநாயகர் அகவலில் அருமையாகப் படம்பிடித்துக் காட்டுகிறார்.

சீதக் களபச் செந்தாமரைப்பூம்
பாதச் சிலம்பு பலயிசை பாட
பொன்னரை ஞாணும் பூந்துகிலாடையும்
வன்னமருங்கில் வளர்ந்தழ கொறிப்ப
பேழைவயிறும் பெரும்பாரக்கோடும்
வேழமுகமும் விளங்கு சிந்தூரமும்
அஞ்சுகரமும் அங்குசபாசமும்
நெஞ்சிற்குடிகொண்ட நீலமேனியும்
நான்றவாயும் நாலிருபுயமும்
மூன்றுகண்ணும் மும்மதச் சுவடும்
இரண்டுசெவியும் இலங்குபொன்முடியும்
திரண்ட முப்புரிநூல் திகழொளி மார்பும்
சொற்பதம் கடந்த துரியமெய்ஞ்ஞான
அற்புதம் நின்ற கற்பகக் களிரே

என்று பாடுகிறார்.

எந்த தெய்வத்தை எப்படி வழிபட வேண்டுமென்று சான்றோர்கள் வகுத்திருக்கிறார்கள். அதிலும் குறிப்பாக விநாயகர் வழிபாட்டில் தலையில் குட்டிக் கொள்ளல், தோப்புக்கரணம் போடுதல் என வகுக்கப்பட்டிருக்கின்றன. அதற்கான காரணங்களும் தத்துவங் களும் சொல்லப்பட்டுள்ளன.

விநாயகர் எத்தகைய சிறப்புக்குரியவர்? டங்கர் என்றால் ஒருவரால் உருவாக்கப்பட்டவர் என்பது பொருள். முன்னால் ஒரு ‘வி’ யைப் போட்டு விடங்கர் என்று சொல்லி விட்டால் யாராலும் உருவாக்கப் படாமல் சுயம்புவாக உருவானவர் என்று பொருள். பீஷணம் என்றால் பயம் என்பது பொருள். முன்னால் ஒரு வியைப் போட்டு விபீஷணன் என்றால் பயமில்லாதவன் என்று பொருள். இதேபோல் நாயகன் என்றால் தலைவன். முன்னால் ஒரு வி யைப் போட்டு விநாயகன் என்றால் தனக்கு நிகரான தலைவன் இல்லாதவன் என்று பொருள். விக்கினங்களைத் தீர்த்து வைப்பதால் விக்கினேஸ்வரன். சிவகணங்களுக்கெல்லாம் தலைமை பெற்ற பதியாக விளங்குவதால் கணபதி. யானை முகம் என்பதால் கஜானனன். ஒற்றைக் கொம்புள்ளதால் ஏகதந்தன். வளைந்த துதிக்கை உள்ளதால் வக்ரதுண்டன். முறம் போன்ற காதுகள் கொண்டதால் சூர்ப்ப

கர்ணன். லம்போதரன் என்பதால் ஞானப் பெருவயிறு கொண்டவன். இப்படி எண்ணற்ற திருநாமங்கள் கொண்டவன் விநாயகர்.

விநாயகருக்கு யானை முகம் வந்ததற்கு ஒரு கதை உண்டு.

கஜமுகாசுரன் என்ற அசுரன் சிவத்தை வேண்டித் தவத்தைத் தொடங்கினான். அவனது கடுமையான தவத்தின் பலனாகச் சிவபெருமான் தோன்றி என்ன வரம் வேண்டுமென்று கேட்க சில வரங்களைக் கேட்டான். இறுதியாக என்னைக் கொல்பவன் தேவனாகவோ, மனிதனாகவோ, மிருகமாகவோ இருக்கக் கூடாது. ஒருவரால் உருவாக்கப்பட்ட ஆயுதத்தால் என் உயிரைப் பறிக்கக் கூடாது என்று வேண்டினான். அவரும் அவ்விதமே அருள்புரிந்தார்.

வரம்பெற்ற கஜமுகன் தேவரைத் துரத்தித் துரத்தி ஓட வைத்தான். ஓடாதே ஓடாதே என்றபடி அனைவரும் ஓடினார்கள். தேவர்கள் அனைவரும் இணைந்து கைலாயத்திற்கு வந்தார்கள். சிவ பெருமானைச் சரணடைந்தார்கள்.

ஈசன் அபயமளித்தார். 'சிவசக்தி சொரூபமாக மைந்தன் தோன்று வான். அசுரரை அழித்து அமரரை வாழ வைப்பான்' என்றார்.

இதுவரை விநாயகர் வரலாற்றைப் பாடும் எல்லா நூல்களிலும் கதை இவ்விதமேயிருக்கும். இதன் பிறகு விநாயகர் அவதாரத்தைச் சொல் வதில் சிறிது மாறுபாடு இருக்கிறது.

விநாயகர் அவதாரம்

திருஞானசம்பந்தர் உமையவள் பிடி எனும் பெண் யானையின் வடிவம் கொள்ள, இறைவன் கரி எனப்படும் ஆண் யானையின் வடிவம் கொள்ள, அதன் மூலம் அடியவர் வினைகளைத் தீர்த்தரு ளும் கணபதி வர அருள்புரிந்தார் வலமுறை இறைவன் என்கிறார்.

பிடியதன் உருவுமை கொளமிகு கரியது
வடிகொடு தனதடி வழிபடும் அவரிடர்
கடிகண பதிவர அருளினன் மிகுகொடை
வடிவினர் பயில்வலி வலமுறை இறையே

கச்சியப்ப சிவாச்சாரியார் பாடிய கந்தபுராணத்தில் சற்று மாற்றத்துடன் இந்த வரலாறு இடம் பெறுகிறது. சிவமும், சக்தியும் ஒரு மந்திர சித்திர மண்டபத்திற்கு வருகிறார்கள். அங்கிருந்த சமஷ்டி பிரணவம், வியஷ்டி பிரணவம் ஆகிய இரண்டையும் அருட்பார்வையால் நோக்க, அவை களிரும், பிடியுமாய் யானை வடிவில் இணைந்தன. அடுத்த கணம் அங்கிருந்து ஐந்து கரமும் யானை முகமும் கொண்டவனாய், செக்கர்வார் சடைகொண்ட ஒரு சிறுவன் தோன்றினான்.

அக்கணத் தாயிடை ஐங்கரத் தவன்அருள்
முக்கண்நால் வாயினான் மும்மதத் தாறுபாய்
மைக்கருங் களிறெனும் மாமுகத் தவன்மதிச்
செக்கர்வார் சடையனோர் சிறுவன்வந்தருளினான்

இவற்றுக்கு அப்பால் விநாயக புராணம் அவரது அவதாரத்தைப் பற்றி ஒரு சுவையான கதையைச் சொல்கிறது.

விநாயகர் தலை விலங்கு. கழுத்து முதல் இடை வரை தேவ உடம்பு. இடைக்குக் கீழே மனித உடம்பு. விலங்கின் தலை. அஃறிணை. தேவ உடல் உயர்திணை. அனைத்திற்கும் ஒரு வடிவம் விநாயகர்.

அம்பிகை வழக்கம்போல் கைலாயத்தில் உள்ள நீராழி மண்டபத்தில் நீராடச் செல்லும்போது உடன் சென்ற ஐயை, விஜயை எனும் இரு தோழிகளும் எதையோ நினைத்துத் தங்களுக்குள் சிரித்துக் கொண்டனர். அதை கவனித்து விட்ட அம்பிகை காரணம் கேட்க ஒருவரையொருவர் பார்த்துக் கொண்டு தயங்கித் தயங்கி அதைப் பற்றிச் சொன்னார்கள். இரண்டு நாட்களுக்கு முன்னால் அம்பிகை இதேபோல் வந்து நீராடிக் கொண்டிருக்கும்போது ஈசன் அங்கு வந்து விட்டார். அதனால் நீரை விட்டு வெளியே வர முடியாமலும் நீரிலேயே இருக்க முடியாமலும் தவித்துப் போய் விட்டாள் அம்பிகை. அதை அவர்கள் நினைவுப்படுத்த, அம்பிகை சுவாமி செய்த செயல் தோழிகள் கேலி செய்யும் நிலையை ஏற்படுத்தி விட்டதே; அதனால் நாம் நீராடும்போது வாயிலில் நின்று பாது காக்க ஒரு பிள்ளை வேண்டும் என்று நினைத்தாள். அதே சிந்தனை யோடு வந்து மஞ்சளை அரைத்த அம்பிகை அதைத் திரட்டி வைத்து ‘பிள்ளாய் வருக’ என அழைத்தாள். அவள் அழைப்பிற்கேற்ப அழகிய

நரமுகம் கொண்ட பிள்ளையார் தோன்றி வந்தார். பிள்ளையின் அழகிய முகம் கண்டு அகமகிழ்ந்தாள் அம்பிகை. அதன்பின் கையில் தண்டம் எனும் ஓர் ஆயுதத்தைத் தந்து வாயிலில் நின்று காவல் காக்கும்படி ஆணையிட்டாள். பின்னர் நிச்சிந்தையாக நீராடினாள்.

அப்போது அங்கு வந்த ஈசன் வாயிலில் நிற்கும் சிறுவனை அலட்சியம் செய்து விட்டு உள்ளே போக முனைந்தார். அவன் தண்டத்தைக் குறுக்கே நீட்டித் தடுத்தான். சிறுவனிடம் போராடுவதா என தயங்கிவர் போல் சென்று நந்தியை அனுப்பினார். நந்திக்கும் சிறுவனுக்கும் நடந்த போரில் நந்தியின் கொம்பு உடைந்தது. நந்தி சென்று அழைத்து வந்த இந்திரனின் வஜ்ராயுதம் உடைந்தது. இந்திரன் சென்று அழைத்து வந்த பிரம்மனின் பிரம்மாஸ்திரம் உடைந்தது. பிரம்மன் சென்று அழைத்து வந்த திருமாலின் வைஷ்ணவாஸ்திரம் உடைந்தது.

திகைத்துப் போன அனைவரும் சென்று ஈசனை அழைத்துவர அவருக்கும் சிறுவனுக்கும் நடந்த போரில் அவரது திரிசூலம் அவனது சிரத்தை அறுத்துத் தள்ளியது. அதைக் கேட்டு ஆவேசம் கொண்ட அம்பிகையிடமிருந்து தோன்றிய காளி, துர்கை, கண்டி, சாமுண்டி முதலானோர் இவ்விதம் நிகழக் காரணமாகயிருந்த தேவர்கள் மேல் பாய்ந்தார்கள். தேவர்கள் நடந்தவற்றை அறிந்து ஈசனிடம் வந்து அந்தப் பிள்ளை அம்பிகையால் உருவானவனாம். அதனால் தாங்கள் அவனை எழுப்பியருள வேண்டும் என வேண்டினர். ஈசன் அதை ஏற்று வடக்கே தலை வைத்துப் படுத்திருந்த ஒரு யானையின் தலையை வெட்டி எடுத்து வரச் செய்து பிள்ளையின் தேகத்தில் பொருத்தி யானை முகனாக எழுந்தருளச் செய்தார். அம்பிகை சமாதானமடைந்து அவரருகே வந்து ஏன் இப்படிச் செய்தீர்கள் என கேட்க "தேவி! இவன் நீ உருவாக்கிய பிள்ளை என்பதை நான் அறிய மாட்டேனா என்ன? அறிந்தே இவன் வலிமையை தேவர்கள் அறிய வேண்டுமென போர் மூளச் செய்தேன். கஜாசுரன் என்னை வெல்பவன் மனிதனாகவும் இருக்கக் கூடாது, மிருகமாகவும் இருக்கக் கூடாது என்று வரம் பெற்றிருப்பதால் யானை முகத்தைத் தந்தேன். இவன் அந்த அசுரனை வென்று அமரரை வாழ வைப்பான்" என்றார். அனைவரும் விநாயகரைப் போற்றினர்.

விநாயகர் தலை விலங்கு. கழுத்து முதல் இடை வரை தேவ உடம்பு. இடை முதல் பாதம் வரை மனித உடம்பு. விலங்கின் தலை அஃறிணை. தேவ மனித உடல் உயர்திணை, அனைத்திற்கும் ஒரு வடிவம் விநாயகர்.

இவ்விதம் உருவான விநாயகர் சிவ கணங்களுக்குத் தலைமை தாங்கிச் சென்றார். கஜானனரை கஜமுகாசுரன் எதிர்த்து வந்தான். கடும் போர் நடந்தது. ஈசனிடம் பெற்ற வர பலத்தால் ஈசன் மகனையே எதிர்த்து நிற்கும் ஆற்றல் படைத்தவனாக இருந்தான் கஜமுகாசுரன். யுத்தத்தின் உச்ச கட்டத்தில் அசுரன் பாசுபதா ஸ்திரத்தை ஏவ முனைந்தான். தந்தையார் தந்த பாசுபதாஸ்திரம் பயனற்றுப் போய் விட்டது என்ற நிலை வரக்கூடாது என்று நினைத் தார் விநாயகர். அவன் யாராலும் உருவாக்கப்படாத ஆயுதத்தைக் கொண்டுதான் என்னை வெல்ல வேண்டும் என்று வரம் பெற்றிருந்த தால், தன்னுடைய கொம்பையே ஒடித்து வீசினார். அதை எதிர்த்துப் போராட முடியாது என்பதால் மூஷிகமாக மாறி ஓடி ஒளிய முயன்றான் அசுரன். விநாயகர் தமது பாதத்தால் அவனை மிதித்து அசைய முடியாமல் செய்தார். அதுவே அவனுக்குத் திருவடி தீட்சையாக அமைந்ததால் ஞானம் பெற்று அவரது வாகனமாக மாறினான். அதைத்தான் ஔவைப் பிராட்டி,

"முப்பழம் நுகரும் மூஷிக வாகன"

என்று பாடினார்.

இவ்விதம் வேழமுகக் கடவுளைக் கொண்டு அசுரனை வென்ற வரலாற்றை திருநாவுக்கரசர்,

"கைவேழ முகத்தவனைப் படைத்தார் போலும்
கயாசுரனை அவனால்கொல் வித்தார் போலும்"

என்று பாடுகிறார்.

விநாயகர் வடிவத்திற்கான காரணம் எதுவாகயிருப்பினும் தத்துவம் மகத்தானது.

அகரம், உகரம், மகரம் மூன்றும் சேர்ந்துதான் ஓங்காரமாகிறது. அகரம் ஸ்ருஷ்டி - ஆக்கல். உகரம் ஸ்திதி - காத்தல், மகரம் சம்ஹாரம் - அழித்தல். ஆக ஓங்காரத்துக்குள்ளே யாவும் அடக்கம்.

அதனால்தான் உலகத்தின் முதல் ஒலி, அண்டத்தின் முழு வடிவம், மந்திரத்தின் முதலெழுத்து, முருகனின் சேவல், மயில், திருமாலின் பாஞ்சஜன்ய சங்கம், பராசக்தியின் திருநாமம், நடராஜரின் திருவாசி யாவுமே ஓங்காரமாக அமைந்தன. அதனால் தான் ஓங்காரமாகவே வடிவம் கொண்டார் பிரணவக் கணபதி.

உடைந்த கொம்பில் தொடங்கி சுழித்து தலையைச் சுற்றி வட்டமாக வரைந்து பெருவயிற்றைச் சுற்றி வந்து உந்திக் கமலத்தில் ஒரு புள்ளி வைத்தால் ஓங்காரம் தோன்றும்.

இருமொழி நூல்கள்

இத்தகைய சிறப்புக்குரிய விநாயகப் பெருமான் வடமொழியில் ஒரு பெரும் இதிகாசம் தோன்றுவதற்கும், தமிழ்மொழியில் பாடப் பட்ட மூவரின் தேவாரம் கிடைப்பதற்கும் காரணமாக இருந்தார்.

வியாசர் மகாபாரதம் பாடத் தீர்மானித்தபோது தான் பாடும் வேகத்திற்கு எழுதக் கூடியவர் விநாயகரே என அறிந்து அவரை வேண்டினார். அப்போது விநாயகர் நான் எழுதத் தொடங்கி விட்டால் இடையில் நிறுத்தக் கூடாது. அப்படி நின்றால் நான் சென்று விடுவேன் என நிபந்தனை விதித்தார். வியாசர் யோசித்து நான் பாடும் ஸ்லோகத்தின் பொருளைப் புரிந்து கொண்டுதான் தாங்கள் எழுத வேண்டும் என்று எதிர் நிபந்தனை விதித்தார். விநாயகரும் அதை ஏற்றுக் கொண்டார். இவ்விதம் வியாசர் பாட விநாயகர் எழுதிக் கொண்டே வரும்போது அடுத்துப் பாட சிறிது அவகாசம் தேவை எனும் நிலையில் வியாசர் ஒரே சொல் பல பொருளில் வரும்படி அமைத்து ஒன்றைப் பாடி விடுவார். விநாயகர் அதைப் பற்றி யோசித்து எழுதத் தொடங்குவதற்குள் பல நூறு கவிதைகளை மனதில் உருவாக்கிக் கொள்வார் வியாசர். இப்படி விநாயகரைக் குழப்புவதற்காக வியாசர் பாடியவையாக ஒரு லட்சம் கிரந்தங்கள் கொண்ட மகாபாரதத்தில் 8800 கிரந்தங்கள் இடம் பெற்றுள்ளதாக வடமொழி ஆய்வாளர்கள் கூறுகின்றனர். ஆக வியாசர் பாட விநாயகர் தம் கரத்தாலேயே எழுதியது மகாபாரதம்.

வில்லிபுத்தூராழ்வார் தம் காப்புச் செய்யுளில் இதை விரிவாகப் பாடுகிறார்.

நீடாழி உலகத்து மறைநாலோடு ஐந்தென்று நிலைநிற்கவே
வாடாத தவவாய்மை முனிராசன் மாபாரதம் சொன்னநாள்
ஏடாக வடமேரு வெற்பாக அங்கூர் எழுத்தாணிதன்
கோடாக எழுதும் பிரானைப் பணிந்தன்பு கூர்வாமரோ

இப்படி வடமொழியில் ஓர் இதிகாசம் தோன்றக் காரணமாக இருந்த விநாயகர் தென்தமிழில் பாடப்பட்ட தேவாரங்கள் நமக்குக் கிடைக்கக் காரணமாக இருந்தார்.

திருநாரையூர் பொல்லாப் பிள்ளையார் (பொல்லுதல் என்றால் செதுக்குதல். அப்படிச் செதுக்கப்படாமலே தோன்றியதால் பொல்லாப்பிள்ளையார்) ஆலயத்தில் அர்ச்சகராகயிருந்த நம்பி யாண்டார் நம்பிக்கு சிறு வயதிலேயே சகல கலைகளையும் அறியும் ஞானத்தைத் தந்த விநாயகர், இராசராச சோழன் கேட்டுக் கொண்டபடி நம்பியிடம் அவை தில்லையில் மறைத்து வைக்கப்பட்டிருப்பதைக் கூறுகிறார். அதன் மூலம் தேவார ஏடுகளை மாமன்னன் தேடி யெடுத்து நம்பிகளைக் கொண்டு திருமுறைகளாக வகுத்தளித்தான். தேவார ஏடுகள் தில்லையில் இருப்பதைப் பற்றிச் சொன்னதை திருமுறை கண்ட புராணத்தில் உமாபதி சிவாச்சாரியார் இவ்விதம் பாடுகின்றார்.

வார்ந்தடக்கண் நீர்சொரிய நம்பி கேட்ப,
வண்தமிழ்கள் இருக்குமிடம் மன்றுள் ஆடும்
கூர்ந்தஇருட் கண்டர்புறக் கடையின் பாங்கர்க்
கோலமலர்க்கைகள் அடையாளமாகச்
சார்ந்தனயென்று அருள்செய்து தொண்டர் பேறும்
சாற்றுதலால் சகதலத்தோர் அருளைச் சார
வார்ந்ததமிழ் இருந்தயிடம் அன்பர் செய்தி
அத்தனையும் நம்பிமன அருளில் கொண்டார்

இரு சமயத் திருத்தலங்கள்

இப்படி இரு நூல்கள் நமக்குக் கிடைக்கக் காரணமாக இருந்த விநாயகர், இரு திருத்தலங்கள் உருவாகவும் காரணமாக இருந்தார்.

இராவணன் சிவபெருமானிடம் ஆத்மலிங்கத்தைப் பெற்றுக் கொண்டு இலங்காபுரிக்குச் சென்று கொண்டிருந்தான். அது அங்கே நிலை பெற்றுவிட்டால் அவனை அழிக்கவே முடியாது என உணர்ந்த

தேவர்கள் விநாயகரை வேண்ட, அவர் ஒரு திருவிளையாடல் புரிந்து இராவணன் ஆத்மலிங்கத்தைக் கீழே வைக்கும்படிச் செய்து விடுகிறார். பின்னர் இராவணன் அதை எடுக்க முயன்றபோது சிவலிங்கம் ஒரு மாட்டின் காது போல் குழைந்து விட்டது. கோ என்றால் மாடு., கர்ணம் என்றால் காது. மாட்டின் காது போல் சிவலிங்கம் குழைந்து போனதால் அது கோகர்ணம் எனப் பெயர் பெற்றது.

இதேபோல் விபீஷணன் ஸ்ரீராமரிடம் திருவரங்கன் விக்கிரகத்தைப் பெற்று ஏந்தி வருகையில் காவிரிக் கரையில் சந்தியா வந்தனம் செய்ய வேண்டும் என்பதற்காக அங்கு நின்ற மாட்டுக்கார சிறுவனிடம் அதைத் தருகிறான். அந்தச் சிறுவனோ அதைக் கீழே வைத்து விடுகிறான். விபீஷணன் வந்து எவ்வளவோ முயன்றும் அந்த அரங்கன் திருவுருவத்தை அசைக்க முடியவில்லை. கோபத்தோடு சிறுவனைத் துரத்த அவன் விநாயகராகக் காட்சி தருகிறான். அந்த அரங்கர் ஆறிரண்டும் காவேரி, அதன் நடுவே ஸ்ரீரங்கம் எனும்படி அங்கு நிலைபெறுகிறார்.

பதிகள் தந்தவர் நதியும் தந்தார்

இப்படித் தமையன் இராவணனைக் கொண்டு ஒரு சைவத் திருத்தலத்தையும், தம்பி விபீஷணனைக் கொண்டு ஒரு வைணவத் திருத்தலத்தையும் தந்த விநாயகர். அகத்திய முனிவரைக் காரண மாகக் கொண்டு வற்றாத ஜீவநதியான காவிரி ஆற்றையும் நமக்குத் தந்தார்.

சூரபத்மனுக்கு பயந்து இந்திராதி தேவர்கள் அங்கங்கே மறைந்து வாழ்ந்த நேரத்தில் இந்திரன் சீர்காழியின் வனப்பகுதியில் வாழ்ந்தான். அங்கு சிவலிங்கப் பூஜை செய்வதற்கு நீரில்லாத நிலை ஏற்பட்டிருந்தது. அதனால் வருத்தமுற்றிருந்த அவனை நாரதர் கண்டு அகத்தியர் தென்திசை நோக்கி வந்து கொண்டிருப்பதாகவும், அவர் கரத்திலுள்ள கமண்டல நீரைக் கவிழ்த்தால் அது ஒரு நதியாகி ஓடும் எனவும் கூறுகிறார். அகத்தியரை நெருங்கி அவ்விதம் செய்வது தன்னால் இயலாத செயல் என்பதை யோசித்த இந்திரன். விநாயகரை வணங்கி வேண்டினான்.

அதன்படி அகத்தியர் இருக்குமிடத்திற்குச் சென்ற விநாயகர் அவர் தவத்தில் ஈடுபட்டிருந்த நேரத்தில் காகத்தின் வடிவமெடுத்து கமண்டலத்தைக் கவிழ்த்தார். அது காவிரி நதியாக ஓடியது. இதை மணிமேகலை,

அமர முனிவன் அகத்தியன் தனாது
கரகம் கவிழ்த்த காவிரிப் பாவை

என பாடுகிறது. அங்கு நிகழ்ந்ததைக் கண்ட அகத்தியர் காகத்தை விரட்ட அது சிறுவனாக மாறுகிறது. அவர் கோபத்தோடு சிறுவனின் தலையில் குட்டுவதற்காக ஓட, அவனும் சிறிது தூரம் ஓடி விநாயகராக மாறி நிற்கிறான். அதைக் கண்டு திகைத்துத் தன் தலையில் தானே குட்டிக் கொள்கிறார். அப்போது விநாயகர் உமக்கு என்ன வரம் வேண்டும் என்று கேட்க, அகத்தியர் "என்னைப் போல் உன் சன்னதியில் யார் குட்டிக் கொண்டாலும் அவர்கள் வேண்டுகோளை நிறைவேற்ற வேண்டும்" என வேண்டுகிறார். இதனால்தான் விநாயகர் சன்னதியில் குட்டிக் கொள்ளும் வழக்கம் ஏற்பட்டது.

இதேபோல் தோப்புக்கரணம் போடுவதற்கும் ஒரு கதை உண்டு. சிவபெருமானை தரிசிக்க வருவோர் தமது ஆயுதங்களை கைலாய வாயிலில் வைத்துவிட்டுச் செல்வது வழக்கம். திருமால் தமது சக்கராயுதத்தை அவ்விதம் வைத்துவிட்டுச் செல்ல, விநாயகர் அதை எடுத்து வாயில் அடக்கிக் கொள்கிறார். திரும்பி வந்த திருமால் நடந்ததை அறிகிறார். தம் தங்கையின் மகனான விநாயகனை கோபித்துக் கொள்ள முடியாது. அதனால் சிறு பிள்ளையான விநாயகர்முன் பல விகடங்கள் செய்து நிறைவாகத் தோப்புக்கரணம் போடுகிறார். விநாயகர் அதைக் கண்டு சிரிக்க சக்கரம் வெளியே வந்து விழ, திருமால் அதை எடுத்துக் கொள்கிறார். விகடம் கண்டு சக்கரத்தைத் தந்த அவருக்கு விகட சக்கர விநாயகர் எனப் பெயர் ஏற்பட்டது. இப்படித்தான் தோப்புக்கரணம் உருவானது என்பது ஒரு வரலாறு. மற்றொன்று கஜமுகாசுரன் இந்திராதி தேவர்களை அவமதிப்பதற்காகத் தனது சபையில் தினமும் அவர்களைத் தோப்புக்கரணம் போடச் செய்தான். அவனிடமிருந்து கணபதி தங்களைக் காத்தருளியதால் அவர்முன் தேவர்கள் அதைப் போட்டனர்.

இனி விநாயகர் வழிபாட்டில் உள்ள சில அரிய கருத்துகளைக் காண்போம்.

எந்த தெய்வமானாலும் மூன்று முறை சுற்றி வலம் வர வேண்டும். ஆனால் விநாயகரை ஒரு முறை சுற்றினாலே போதும். மகிழ்ந்து போவார். "ஏகம் கணாதிபே குர்யாக்" என்று சொல்லப்பட்டிருக் கிறது.

விநாயகரை வழிபடும்போது தோப்புக்கரணம் போடுவது ஏன் என்பதற்குரிய கதையைப் பார்த்தோம். அதன் உட்பொருள் என்ன?

இரு காதுகளும் இழுக்கப்படும் நிலையில் உட்கார்ந்து எழுவதால் சுஷூம்னா நாடி செயல்படுகிறது. இதனால் சோர்வு நீங்கி நரம்பு களில் ரத்தம் நன்கு பாய்கிறது.

அடுத்து நெற்றிப் பொட்டில் குட்டிக் கொள்கிறோம். அகத்தியரால் இது உண்டான கதையைப் பார்த்தோம். இப்படி குட்டிக் கொள்வதால் சகஸ்ராரம் எனும் அமுதம் சுரக்கிறது.

கம்மென்றிரு... காரியம் நடக்கும் என்கிறார்களே! அது ஏன்? "ஓம் கம் கணேசாய நமஹ" என்பது கணபதிக்குரிய பீஜாட்சர மூல மந்திரம். அதனால் அவனது 'கம்' எனும் மந்திரத்தைச் சொல். காரியம் நடக்கும் என்பதற்காக அவ்விதம் சொன்னார்கள்.

பிள்ளையார் சுழி என்று 'உ' போடுவது ஏன்?

ஓங்காரத்தின் முத்தொழிலில் உகரம் காத்தலைக் குறிக்கும். ஆகவே பிள்ளையாரை நினைத்து சுழிக்கிறோம். சுழிக்காத உயிரெழுத்தே இல்லை. அவன் சுழி நல்லாயிருந்தா பிழைச்சிக்குவான் என்கிறோம். அது பிள்ளையார் சுழியையே குறிக்கும். அதற்கு ரட்சக எழுத்து என்றே பெயர்.

இத்தகைய தத்துவ தரிசனமாக விளங்கும் விநாயகர் வழிபாட்டில் ஆலம், நொச்சி, வன்னி, வாதநாராயணம், அரசு ஆகிய மரங்களின் இலைகளைக் கொண்டு வழிபடுவது பஞ்சபூதங்களைக் கொண்டு வழிபடுவதற்கு அடையாளமாகும்.

ஆலம் பிருதிவி எனும் நிலம்
நொச்சி அப்பு எனும் நீர்
வன்னி தேயு எனும் நெருப்பு
வாதநாராயணம் வாயு எனும் காற்று
அரசு ஆகாயம் எனும் வானம்

இவற்றோடு விநாயகருக்குரிய பூ எது என்று பார்த்தால் வியப்பாக இருக்கிறது. எந்தக் கடையிலும் விலைக்கென வராத பூ. எவரும் வைத்துக் கொள்ள விரும்பாத பூ. எருக்கம்பூ! அங்கங்கே ஏராளமாகப் பூத்துக் கிடக்கும் எருக்கம்பூவில் நான்கைந்தை கைக்காசுக்குச் செலவில்லாமல் பறித்து வந்து பிள்ளையார் பாதத்தில் போட்டு விட்டால் பெரிதும் மகிழ்ச்சியடைவார்.

அத்தோடு செம்பருத்தி, தாமரை, ரோஜா ஆகியவையும் விநாயகர் வழிபாட்டில் இடம் பெறுகின்றன. பரம ஏழைக்கும் கிடைக்கக் கூடிய பிரப்பம் பழமோ, கொய்யாப் பழமோ கொண்டு வந்து கண்ணில் காட்டினாலே குளிர்ந்து போவார். எதுவும் இல்லையா? ஓர் அருகம்புல் போதும்.

அருகம்புல்லின் மகத்துவம்

அருகம்புல்லின் மகத்துவத்தை விளக்கும் அருமையான கதை ஒன்று உண்டு.

கௌண்டில்ய முனிவர் கணபதியை வணங்குவதையே பிறவியின் பயனாகக் கருதியவர். நாள்தோறும் நூற்றியெட்டு அருகம்புல்லை இட்டு வழிபடக் கூடியவர். ஆனால் அவர் மனைவி ஆசிரியை மற்ற முனிவர்கள் மன்னர்களை அணுகி பொருள் பெற்று வருகையில் இவர் இப்படி ஆசிரமத்தை விட்டு அசையாமல் கணபதியே கதி என்று கிடக்கிறாரே என்று வருந்துகிறாள்.

அதையறிந்த முனிவர் அவளிடம் ஓர் அருகம்புல்லைத் தந்து பெண்ணே! நான் என் யோக சக்தியால் உன்னை வானுலகிற்கு அனுப்புகிறேன். அங்கு சென்று நவநிதியங்களையும் அள்ளித்தரும் குபேரனைக் கண்டு இந்த அருகம்புல்லின் நிறைக்கு என்ன கிடைக்குமோ அதைப் பெற்றுக் கொண்டு வா என்கிறார். இதற்குப் போய் என்ன கிடைக்கும் என்று அவள் தயங்கினாலும் கணவரின்

கட்டளையை மீறக்கூடாது என்று அதை எடுத்துக் கொண்டு புறப் படுகிறாள். முனிவர் தம் யோகசக்தியால் அவளை வானுலகிற்கு அனுப்புகிறாள்.

இந்திரன் முதலான தேவர்கள் முனிவரின் பத்தினியை முறையோடு வரவேற்கிறார்கள். வந்த காரணத்தை அறிந்த குபேரன் அந்த அருகம்புல்லைக் கண்டு நகைத்து ஏளனம் செய்கிறான். மற்ற தேவர்களும் சிரிக்கின்றனர். எவ்வளவு வேண்டுமானாலும் அள்ளிச் செல்லுங்கள் என்கிறார்கள். அவளோ அருகம்புல்லின் எடைக்குத் தான் ஏதேனும் வாங்கிச் செல்ல வேண்டும் என்பதில் உறுதியாக யிருக்கிறாள்.

துலாக்கோல் வருகிறது. குபேரன் கேலியாக சிரித்தபடி ஒரு பொற் காசை வைக்க எடை சமமாகவில்லை.

பொற்காசுகள் தட்டு நிறையக் கொட்டப்பட்டன. தங்கக் கட்டிகள் அடுக்கப்பட்டன. அதன்பின் வைரங்கள் வைக்கப்பட்டன. நவ நிதி யங்கள் கொட்டப்பட்டன. குபேர புரியின் செல்வங்களனைத்தும் குவிக்கப்பட்டன. அப்போதும் எடை சமமாகவில்லை.

இனி வேறு வழியேயில்லை என்று இந்திரன் முதல் குபேரன் வரை உள்ள எண்திசை வேந்தர்களும் அதில் ஏறி நின்றார்கள். அப்படியும் தட்டு சமமாகவில்லை.

அனைவரும் முனிவரின் மனைவியான ஆசிரியை காலில் விழுந் தார்கள். அந்த அருகம்புல் கௌண்டில்ய முனிவர் கணபதியைப் பூஜித்த நிர்மால்யம் என்பதை அறிந்து திகைத்தார்கள்.

"தாயே! கணபதியை பூஜித்த அருகம்புல்லுக்கு குபேர புரியோடு வானுலகையும், அதன் காவலர்களான எங்களையும் தந்தாலும் ஈடாகாது. நாங்கள் இனி உங்கள் அடிமைகள். எங்களைத் தங்களோடு அழைத்துச் செல்லுங்கள்" என்றார்கள்.

ஆசிரியையின் அறிவுக் கண்கள் திறந்தன. "கணபதியைப் பூஜித்த ஓர் அருகம்புல்லுக்கு வானுலகம் முழுவதும் ஈடில்லையென்றால் நூற்றி யெட்டு அருகம்புல்லுக்கு - நாள்தோறும் பூஜிக்கப்பட்ட ஆயிரமா யிரம் அருகம்புற்களுக்கு - எது ஈடாக முடியும்? அந்த மாபெரும் ஞானச் செல்வம் இருக்கையில் இங்குள்ள பயனற்ற குபேரச்

செல்வங்கள் எதற்கு?" என்று சிந்தித்தாள். மனம் திருந்தினாள். கணவரின் காலடியில் வந்து விழுவது மன்னிக்கும்படி வேண்டினாள்.

இந்த அளவிற்கு அருகம்புல் மீது அவருக்கு ஈடுபாடு வர காரணம் உண்டு.

நெருப்பே வடிவான அனலாசுரன் சென்ற இடமெல்லாம் எரிந்து சாம்பலானது. தேவர்கள் ஏதும் செய்ய முடியாமல் தவித்தார்கள். அதைக் கண்ட விநாயகர் அவனை எடுத்து விழுங்கி விட்டார். அவர் உடம்பு தணலாய்த் தகித்தது. சிவபெருமான் கங்கை நீரை ஊற்றினார். தணியவில்லை. சந்திரன் அமுத கிரணங்களைப் பொழிந்தான். தணியவில்லை. முனிவர்கள் ஆயிரத்தெட்டு அருகம் புற்களைக் கொண்டு வந்து அவர் மேனியில் வைத்தார்கள். வெப்பம் தணிந்து குளுமை ஏற்பட்டது. அதனால் அருகம்புல் அவருக்கு விருப்பமானதாக ஆனது.

மற்ற தெய்வங்களை வணங்க சித்திரமோ, சிற்பமோ வேண்டும். கணபதிக்கு மஞ்சளை அரைத்து வைத்தாலே போதும். மகிழ்ச்சி யோடு வந்து சாந்நித்யம் கொள்வார். அதிலே ஓர் அருகம்புல்லை வைத்து விட்டால் போதும். நஞ்சை முறிக்கும் அருகம்புல் நஞ்சாக நமை வருத்தும் பிறவிப் பிணியைத் தீர்க்கும்.

ஒருமுறை விநாயகரை பூரண கும்ப மரியாதையோடு வரவேற்க பெருங்கூட்டமே திரண்டு வந்த நேரத்தில் ஓர் அசுரன் மலையாக உருவெடுத்து வழிமறித்து நின்றான். அதைக் கண்ட விநாயகர், "கலசங்களில் இருக்கும் தேங்காய்களையெல்லாம் எல்லோரும் எடுத்து அந்த மலை மீது சிதறு காயாக வீசி உடையுங்கள்" என்றார். நூற்றுக்கணக்கான தேங்காய்களால் அடிபட்ட அசுரன் தப்பித்தால் போதுமென ஓடி ஒளிந்தான். அன்று முதல்தான் சிதறு தேங்காய் உடைக்கும் பழக்கம் ஏற்பட்டது. தத்துவார்த்தமாக நமது கர்ம வினைகள் அவர் சந்நிதியில் உடைந்து சிதறுகின்றன என்பது சான்றோர் வாக்கு.

பதியாகிய கணபதியின் செவி பசுக்களாகிய ஆன்மாக்களின் முறை யீடுகளைக் கேட்பதால் பசு ஞானத்தையும், தந்தம் பாச ஞானத்தை

யும் உணர்த்துகிறது. முக்கண் : ''சோம சூரிய அக்னி நேத்ராய நமஹ'' எனும் ஸ்மிருதி வாக்கியத்திற்கேற்ப முச்சுடர்கள். மும்மதம்: சிவஞானம், மெய்ஞானம், கலை ஞானம் ஆகிய மூன்றுக்கும் அடையாளம். பெருவயிறு : அண்டங்களை அடக்கிய தோற்றம்.

ஐந்து கரங்களில் பாசம் ஏந்திய கை படைத்தலையும் அபயகரம் காத்தலையும், அங்குசம் அழித்தலையும், துதிக்கை மறைத்தலையும், மோதகக்கரம் அருளையும் உணர்த்துகிறது என சான்றோர் வகுத்தனர். இதில் மோதகம் எனும் கொழுக்கட்டைக்கு என்ன சிறப்பு? மேலே மூடியிருக்கும் மாவுப்பொருள் இந்த அண்டம். உள்ளேயிருக்கும் பூரணம் பகவானின் இனிய குணமான அருள்.

கணபதியை தியானித்தால் கைலாய வாசமும் சித்திக்கும் என்பதற்கு ஔவையாரே சாட்சி. யானை தன் காலைப் பிடிப்பவரை தூக்கித் தன் முதுகில் ஏற்றிக் கொள்ளும். விநாயகர் என்ற இந்த யானையோ தன் பாதத்தைப் பிடித்த ஔவையாரை தும்பிக்கையால் தூக்கி கைலாயத்திலேயே சேர்த்து விட்டார்.

விநாயகர் அகவல்

ஔவையார் ஒவ்வொரு நாளும் கணபதி பூஜை செய்து விட்டே தமது பயணத்தைத் தொடங்குவார். அவர் பாடிய வாக்குண்டாம் நல்ல மனமுண்டாம் என்ற செய்யுளும், பாலும் தெளிதேனும் பாகும் பருப்புமென நான்கைத் தந்து சங்கத்தமிழ் மூன்றையும் கேட்ட செய்யுளும் பள்ளிப் பருவத்தில் பிள்ளைகளுக்கு சொல்லித் தரப்படு வதை நாம் அறிவோம்.

இத்தகைய விநாயக பக்தையான ஔவையார் ஒரு நாள் மிகவும் அவசரமாகப் பூஜை செய்வதைக் கண்டார் விநாயகர். ஏனிந்த அவசரம் என்று தாமே நேரில் தோன்றிக் கேட்க, வியப்படைந்த ஔவையார் சுந்தரமூர்த்தி சுவாமிகளும், சேரமான் பெருமாளும் கைலாயம் செல்லயிருப்பதால், தாமும் அவர்களோடு செல்ல விரும்பியதாகவும், அதனால்தான் இப்படி அவசரமாகப் பூஜை செய்ய நேர்ந்ததாகவும் கூறுகிறார். விநாயகர், "அதற்காகப் பதட்டப் பட வேண்டாம். யாமே உம்மை அவர்களுக்கு முன்னால் கைலாயத்தில் சேர்க்கிறோம்'' என்று சொல்ல, நெகிழ்ந்து போன

ஔவையார் பக்திப் பரவசத்தோடு 'விநாயகர் அகவல்' என்ற நூலைப் பாடினார்.

ஔவையார் அதைப் பாடி முடித்த மறுகணமே விநாயகர் விஸ்வரூபம் எடுத்து அவரை தும்பிக்கையால் தூக்கி விடுத்தார். ஔவையார் கைலாயத்தில் இருந்தார். அதன் பிறகு வெகுநேரம் கழித்தே சுந்தரர் யானை மீதும் சேரமான் குதிரை மீதுமாக அங்கு வந்து சேர்ந்தார்கள். காத தூரம் எனும்படி தங்களுக்கு முன் எளிதாக வந்துவிட்ட ஔவையைக் கண்டு அதிசயித்து அவர் வந்த விதத்தைப் பற்றிக் கேட்டனர். அதற்கு விடையாக ஔவையார் இப்படிப் பாடினார்.

மதுரமொழி நல்உமையாள் மைந்தன் மலரடியை
முதிரநினைய வல்லார்க்கு அரிதோமுகில்போல் முழங்கி
அதிரவருகின்ற யானையும் காதம் அதன்பின் சென்ற
குதிரையும் காதம் கிழவியும் காதம் குலமன்னனே!

இந்த இடத்தில் ஔவை தந்த விநாயகர் அகவலின் சிறப்பை நாம் சிறிது சிந்திக்க வேண்டும். யோக மார்க்கம், அதில் சொல்லப்படும் குண்டலினி சக்தியை எழுப்புதல் என்பதெல்லாம் ஆண்களுக்கே உரியது என கருதப்படுகிறது. ஆனால் தமிழில் யோக மார்க்கத்தைப் பற்றி முதலில் பாடியவரே ஔவைப் பிராட்டிதான் என்பதை நாம் உணர வேண்டும்.

அதில் அவர் குறிப்பாக ஐம்புலன்களை அடக்குவதைப் பற்றித்தான் பாடுகிறார். "ஐம்புலன் தன்னை அடக்கும் உபாயம் இன்புறு கருணையின் இனிதெனக் கருளி" என்கிறார். இத்தகைய விநாயகர் அகவலை நாள்தோறும் படிப்பவர் ஞானமும், முக்தியும் பெறு வார்கள்.

சனி பகவானால் பீடிக்கப்பட்டு பெருந்துன்பத்திற்கு ஆளானவர்கள் பலர் உண்டு. சனிப்பெயர்ச்சி வருகிறது என்றாலே அது நமக்கு சாதக மாக வருகிறதா? பாதகமாக வருகிறதா என்று கலங்குபவர்கள் நிறைய உண்டு.

அவர்கள் விநாயகரை தியானித்தால் சனி பகவான் அவர்களைக் கடுமையாகத் துன்புறுத்த மாட்டார். அதற்குக் காரணம் சனி பகவா

னால் பிடிக்க முடியாமல் போன ஒரே தெய்வம் விநாயகர்தான்.

சனி பகவான் விநாயகரைப் பிடிக்க வந்தபோது விநாயகர் நாளை வா என்று சொன்னதோடு அதை உன் கரத்தாலேயே எழுதி வைத்து விட்டுப் போ என்று சொன்னாரெனவும் அதன்படியே எழுதி வைத்து விட்டு சென்ற அவரிடம் ஒவ்வொரு நாளும் நீ என்ன எழுதி யிருக்கிறாய் என்பதைப் பார்த்துக் கொள். அதன்படி நடந்து கொள் என்று சொல்ல, ஒவ்வொரு நாளும் வந்து வந்து சென்றார் எனவும், இப்படியே அவன் அவரைப் பிடிக்க வேண்டிய காலம் முடிந்து விட்டதால் பிடிக்காமலே சென்று விட்டான் எனவும் சொல்லப்படும் கதை ஒன்று உண்டு. நகைச்சுவையாகச் சொல்லப் பட்டது போல் தோன்றினாலும் நயமான நிகழ்ச்சியாகத்தான் இருக்கிறது. ஒன்று மட்டும் உறுதியாகச் சொல்லலாம். இன்பத்தில் மயங்காமலும், துன்பத்தில் கலங்காமலும் இருப்பவர்களை எந்த கிரக பாதிப்பும் நெருங்காது. ஞானமே வடிவான விநாயகரை சனி எப்படி நெருங்க முடியும்? அவரைத் துதிப்பவர்களை எப்படி அணுக முடியும்?

இப்படி சனிபகவானால் தீமைகள் ஏற்படாமல் காக்கும் விநாயகர் கேது பகவானுக்கு அதிதேவதையாக விளங்குகிறார். கேது திசையின் போது விநாயகரை வணங்கி வந்தால் எந்த பாதிப்பும் ஏற்படாது.

நட்சத்திரங்களில் உத்திராடத்திற்கு விநாயகர் அதிதேவதை. இந்த நட்சத்திரத்தில் பிறந்தவர்கள் விநாயகரைத் துதித்து வந்தால் வாழ்நாள் முழுதும் எந்தப் பிரச்சனையுமில்லாமல் அமைதியாக வாழ்வார்கள்.

விநாயகர் குழந்தைபோல் தோன்றினாலும் பெரிய தத்துவங்களை எளிதாக விளக்கக்கூடியவராகவும் இருக்கிறார். உதாரணமாக ஒரு கையில் ஒடிந்த தந்தம் என்றால், மற்றொரு கையில் மோதகம் எனும் கொழுக்கட்டை. அதற்குள் தித்திப்பாக வைக்கக்கூடிய பண்டத் துக்குப் பெயர் பூரணம். பூரணம் என்றாலே முழுமை பெற்றது என்றுதானே பொருள். ஆக விநாயகரின் ஒரு கையிலே இருப்பது மூளியான தந்தம். மறுகையிலே இருப்பது பூரணமுள்ள கொழுக் கட்டை. மோதம், மோதகம் என்ற சொற்களுக்கு ஆனந்தம் என்ற ஒரு பொருள் உண்டு. அதன்படிப் பார்த்தால் எல்லாம் நிறைந்த

பூரணப் பொருளாகயிருப்பது விநாயகரே! அதை அறிந்து அவரை வணங்குவதே பேரானந்தம்.

இதேபோல் அவருடைய அனுகிரகத்திலும் ஒரு மாறுபாடான நிலையைக் காண்கிறோம். அவரோ அரச மரத்தடியில் கல்லுப் பிள்ளையாராக அமர்ந்துவிட்ட பிரம்மச்சாரி. ஆனால் தங்கள் திருமணம் நல்லபடி நடப்பதற்கு அருள்புரிய வேண்டுமென்று இந்தக் கட்டைப் பிரம்மச்சாரியை வேண்டிக் கொள்கிறார்களே... அது ஏன்? தன் தம்பி முருகனுக்குத் திருமணத்தை நடத்தி வைத்த வரே அவர்தான். முரண்பட்டு நின்ற வள்ளியை யானையாக வந்து விரட்டி முருகனோடு சேர்த்து வைத்தவரே அவர்தானே! தனக்கு வேண்டாததையெல்லாம் கூட தனது பக்தர்கள் வேண்டிக் கேட்கும் போது கருணையோடு கொடுத்தருள்பவர் கணபதி.

இத்தோடு அவருடைய வாகனத்திலும் ஒரு முரண்பாட்டைக் காண்கிறோம். மிகப்பெரிய உருவமுள்ள அவர் மிகச்சிறிய எலி மீது அமர்ந்து வருகிறார். இதற்கு தத்துவார்த்த காரணம் இருக்கிறது. விநாயகர் மூலாதார மூர்த்தி. பெருச்சாளிக்கு பூமியைக் குடையும் குணம் உண்டு. குண்டலினியை எழுப்ப மூலாதாரத்தைக் குடைந்து அங்கு அடைப்பட்டுள்ள சுஷீம்னா நாடியைத் திறக்க வேண்டும். மூலாதாரக் கடவுளுக்குப் பெருச்சாளி வாகனப் பொருத்தம் தெரிகிறதல்லவா?

விநாயகர் விக்கினேஸ்வரர் என்று பெயர் பெற்றதற்கு அவர் தம்மை வணங்குவோருக்கு ஏற்படும் விக்கினங்களை நீக்கி அருள்புரிபவர் என்பது மட்டும் காரணமல்ல, தம்மை வணங்காமல் அலட்சியம் செய்தால் விக்கினங்களை உண்டாக்குவார் என்பதும் ஒரு காரணம்.

படைப்புக் கடவுளான பிரம்மதேவர் சிறுபிள்ளையை வணங்கத் தேவையில்லை என்று அலட்சியம் செய்ததால், அவரது படைப்பு களனைத்தும் விகார வடிவம் பெற்றன. தவறை உணர்ந்து வணங்க மறுகணமே தமக்குரிய அழகிய வடிவமுற்றன.

அசுரவதம் செய்யப் புறப்பட்ட திருமால் ஒருமுறை விநாயகரை வணங்காமல் செல்ல, சுதர்சன சக்கரம் செயலிழந்து விட்டது. காரணத்தை உணர்ந்து கணபதியைத் தொழுத பின்பே அசுரரை வதம் செய்ய முடிந்தது.

இதெல்லாம் பெரிதல்ல. தம் தந்தையாரான சிவபெருமான் திரிபுரத்தை அழிக்க தேவர்களால் உருவாக்கப்பட்ட தேரில் ஏறிப் புறப்பட்டபோது தம்மை வணங்காமல் சென்றார் என்பதற்காக, அந்தத் தேரின் அச்சையே முறித்து விட்டார். ஈசன் தந்த வரத்தால் தான் இத்தகைய ஆற்றலை அவர் படைத்தார் என்றாலும், வரம் தந்தவரே அதை மீறக் கூடாது என்பதற்காகத்தான் அப்படிச் செய்தார். அதனால்தான் அருணகிரிநாதர் அதை மிகவும் சிறப்பித்து,

"முப்புரம் எரிசெய்த அச்சிவன் உறைரதம்
அச்சது பொடிசெய்த அதிதீரா"

என்று பாடினார். அதுமட்டுந்தானா? தமது அன்பிற்குரிய தம்பியான முருகன் வள்ளியை மணம் புரியப் புறப்பட்டபோது தம்மை வணங்காமல் சென்றார் என்பதற்காக சோதனைகளை ஏற்படுத்தினார். முருகப்பெருமான் அதை உணர்ந்து தமையனை தியானிக்க மறுகணமே யானையாக வந்து வள்ளியைத் துரத்தி முருகனிடம் அடைக்கலமாகும்படி செய்தார். அதனால்தான் வள்ளி கல்யாணம் இனிதே நடைபெற்றது.

இதன் மூலம் சிறுவயதில் தம்பி முருகனோடு போட்டியிட்டு பழத்தைப் பெற்று, முருகன் ஆண்டியாகச் செல்லும்படி செய்த விநாயகர் இப்போது யானையாக வந்து முருகனோடு வள்ளியை இணைத்து வைத்து திருமணக் கோலம் பெறும்படிச் செய்து விட்டார்.

இதைத்தான் அருணகிரிநாதர்,

அத்துய ரதுகொடு சுப்பிர மணிபடு
அப்புனம் அதனிடை இபமாகி
அக்குற மகளுடன் அச்சிறு முருகனை
அக்கணம் மணமருள் பெருமாளே

என்று பாடினார்.

பதினாறு நாமாவளிகள்

பதினாறு என்பது மிக உயர்வான எண்ணாகக் கருதப்படுகிறது. அதனால்தான் விநாயகருக்கு சோடச நாமாவளிகள் என பதினாறு பெயர்களைக் கொண்டு துதிக்கும் முறை வகுக்கப்பட்டுள்ளது.

பொதுவாகவே நம் நாட்டில் பதினாறும் பெற்று பெருவாழ்வு வாழ வேண்டும் என்று வாழ்த்தும் மரபு உண்டு. பதினாறு பிள்ளைகள் என நினைத்துக் கொண்டு அதைப் பெறும் பெண்ணின் உடல் என்னாவது என்று கேட்பவரும் உண்டு. ஆனால் அந்தப் பதினாறு என்பது பதினாறு பேறுகள் என்பதைப் பற்றிய ஒரு தனிப்பாடல் உண்டு. அதனை இங்கு காணலாம்.

துதிவாணி, வீறு, விசயம், சந்தானம், துணிவு, தனம்,
மதி, தானியம், சௌபாக்கியம், போகம், அறிவு, அழகு,
புதிதாகும் பெருமை, அறம், குலம், நோயகல்பூண்வயது
பதினாறு பேறும் தருவாய் மதுரைப் பராபரனே!

இனி விநாயகரைத் துதிக்கும் பதினாறு பெயர்களை சோடச நாமாவளிகளைச் சொல்லும் ஸ்லோகத்தை முதலில் பார்க்கலாம்.

ஸுமுகச் சைகதந்தச்ச கபிலோ கஜகர்ணக :
லம்போதரச்ச விகடோ விக்னராஜோ விநாயக :
தூமகேதுர் கணாத்யக்ஷ பாலசந்த்ரோ கஜானன :
வக்ரதுண்ட சூர்ப்பகர்ணோ ஹேரம்ப ஸ்கந்தபூர்வஜ :

இந்தப் பெயர்களுக்கான விளக்கம் விரிவாகவே கூறப்படுகிறது. நாம் அவற்றைச் சுருக்கமாகவே காண்போம்.

ஸுமுகர் : நாம் பொதுவாக மக்கள் அனைவரும் ஸுமுகமாக வாழ வேண்டும் என்று சொல்கிறோம். அதன் பொருள் : இன்முகத்தோடு அன்பும் ஆனந்தமும் பொங்க ஒருவரை வரவேற்பதாகும். விநாயகர் தன் பக்தர்களை இன்முகத்தோடு கண்டு அருள்புரிவதால் அவர் ஸுமுகர் எனப்படுகிறார்.

ஏகதந்தர் : ஆண் யானைக்கு இரண்டு கொம்புகள் உண்டு. அவ்விதம் விநாயகருக்கும் இருந்தது. தன்னைச் சரணடைந்த தேவர்களைக் காப்பதற்காக கஜமுகாசுரனை வேறு எந்த ஆயுதத்தாலும் அழிக்க முடியாது என்ற நிலையில் தனது வலது பக்கக் கொம்பை ஒடித்து வீசினார். அதைத் தமது வலது கரத்தில் ஏந்திக் காட்சி தருகிறார். அதனால் அவர் ஏகதந்தர்.

கபிலர் : விநாயகர் கஜமுகாசுரனை சங்காரம் புரிந்தபோது அவன் இரத்தம் அங்கிருந்த காடு முழுதும் பரவி அது செங்காடாகி விட்டது.

அதுவே பிறகு திருச்செங்காட்டங்குடியானது. விநாயகர் மேனியில் அந்த உதிரம் படிந்து அவர் கபிலர் எனும் பெயர் பெற்றவரானார்.

கஜகர்ணகர் : கஜம் என்றால் யானை. கர்ணம் என்றால் காது. யானை முகம் கொண்டவர் என்று சொல்லிய பிறகு யானைக் காது உடையவர் என தனியே சொல்வது ஏன்? அந்தக் காதுகள் மிக நுட்பமான ஒலியையும் கேட்கக் கூடியவையானதால் நம் வேண்டுகோள்களையும் முழுமையாகக் கேட்டு அருள்புரியும் என்பதாலும். தன் காதில் நுழைய வரும் ஈ, எறும்பு, வண்டு முதலானவற்றை விசிறி போல் வீசி விரட்டுவதுபோல் நம் வினைகளையும் விரட்டும் என்பதாலும் கஜகர்ணகர் என குறிப்பிட்டு சொல்லப்படுகிறது.

லம்போதரர் : தொந்தி வயிற்றை உடையவர் என்பது பொதுவாகக் கூறப்படும் பொருள் என்றாலும் மற்றொரு சிறப்பான பொருளும் சான்றோரால் கூறப்படுகிறது. போதம் என்பது ஞானம். ஞான விநாயகர் என்றே போற்றப்படுவரானதால் ஞானத்தையே வயிறாகக் கொண்டவர் என்பதால்தான் லம்போதரர் எனப்படுகிறது.

விகடர் : விநாயகர் விகடம் கண்டு மகிழ்பவர் என்பதோடு அவரே நிறைய விகடம் செய்யக் கூடியவர். தனது தாய் தந்தையரான பரமேச்வரனும், பார்வதியும் ஊடல் கொண்டு கோபதாபத்தோடு இருக்கும்போது நகைச்சுவையாக ஏதாவது வேடிக்கை செய்து அவர்களைச் சேர்த்து வைப்பவர். அதனால் அவர் விகடர் என போற்றப்படுகிறார்.

விக்னராஜர் : உன்னை வணங்கி விட்டுத்தான் எந்தச் செயலையும் எவரும் செய்ய வேண்டும் என விநாயகருக்கு அருள்புரிந்த ஈசன் தாமே அதை மீறியபோதும் அவரைத் தடுத்து விக்கினத்தை உண்டாக்கியவர். அப்படி அவர் எங்கு யாருக்கு விக்கினத்தை ஏற்படுத்தினாலும் அவரை வேண்டிக் கொண்ட மறுகணமே அதை நீக்கி அருள்புரிவார். அதனால்தான் அவர் விக்கினேச்வரன். விக்ன ராஜா என அழைக்கப்படுகிறார்.

விநாயகர் : தனக்கு நிகரான நாயகனற்றவர் என்ற பொருளை முன்னரே பார்த்தோம். தென்னகத்தில்தான் இந்தப் பெயர் பிரசித்தம். வடக்கே பெரும்பாலும் கணேசன் என்ற பெயராலேயே குறிப்பிடுவார்கள். மும்மூர்த்திகளே என்றாலும் தம்மை வணங்கி விட்டுத்தான் எதையும் தொடங்க வேண்டும் எனும் பெருமைக் குரியவர் என்பதால்தான் அவர் விநாயகர் என அழைக்கப்படுகிறார்.

தூமகேது : தூமம் என்றால் புகை. கேது என்றால் கொடி. புகையைக் கொடியாக உடையவர் என்பது பொருள். தூமாசுரன் எனும் அசுரன் விநாயகர் மீது பகை கொண்டு தூமம் எனும் நச்சுப் புகையைப் பாய்ச்சினான். அதை அப்படியே உண்டு விட்ட விநாயகர் திரும்ப அவன் மீது அதை உமிழ அவன் மாண்டு போனான். அதனால் அவருக்கு தூமகேது எனும் பெயர் ஏற்பட்டது.

கணாத்யக்ஷர் : கணபதி, கணேசர், கணாதிபதி, கணநாதர் என்றெல்லாம் சொல்வதற்கு என்ன பொருளோ அதே பொருள்தான் இதற்கும் உள்ளது. பரமேச்வரன் பூத கணங்களுக்கு அதிபதியாக விநாயகரை நியமித்தார். ‘கஜானனம் பூத கணாதி ஸேவிதம்’ என்கிறோமல்லவா? அக்ஷம் என்றால் கண். யானைக் கண்கள் என்பதை உணர்த்த இப்பெயர் வழங்குகிறது.

பாலசந்திரர் : விநாயகரை அவமதித்துப் பெரும் சாபத்திற்கு ஆளான சந்திரன், மன்னிப்பு வேண்டி வணங்கினான். கருணா மூர்த்தியான அவர் அதை ஏற்றுக் கொண்டு சாபவிமோசனம் தந்ததோடு, சிவபெருமானைப் போல் தனது திருமுடியிலேயே எடுத்துத் தரித்துக் கொண்டார். அதனால் பாலசந்திரர் எனப்பட்டார்.

கஜானனர் : யானை முகம் கொண்டவர். யானைக்குப் பல சிறப்புகள் உண்டு. குறிப்பாக சரீர பலம், புத்தி, நல்ல நினைவுக்கூர்மை, ஞானம் ஆகியவற்றைச் சொல்லலாம். அவை யாவும் விநாயகருக்கும் உண்டு. அதற்கும் மேலாக எல்லாவற்றுக்கும் மூலமாக ஆதியாக இருப்பது ஓமெனும் பிரணவம். அதை உணர்த்துவது தும்பிக்கை யுடன் கூடிய யானையின் முகம்தான். இத்தகைய சிகரமான சிறப்புக்காகவே அவர் கஜானனர் எனப்பட்டார்.

வக்ரதுண்டர் : வக்ரம் என்றால் வளைந்திருப்பது என்று பொருள். துண்டம் தும்பிக்கை. விநாயகர் பெரும்பாலும் இடம்புரியாகவோ, அபூர்வமாக வலம்புரியாகவோ இடது, வலது பக்கங்களில் நுனியைக் கொண்டு போய் வளைக்கிறார். அவர் தும்பிக்கையை நேராகத் தொங்க விடாமல் பக்கவாட்டாக வக்ர துண்டமாகக் கொண்டு போயிருப்பதால்தான் பிரணவ சொரூபம் உருவாகிறது. அதனால்தான் வக்ரதுண்டர் என்ற பெயர் ஏற்பட்டது.

சூர்ப்பகர்ணர் : சூர்ப்ப என்றால் முறம் என்று பொருள். கர்ணம் என்றால் காது என்பதை அறிவோம். முறம் போன்ற பெரிய காது என்பதற்காக மட்டும் அதைச் சொல்லவில்லை. முறத்தில் தானியங் களைப் போட்டு புடைக்கும்போது வேண்டாத உமி, கல் முதலான வற்றை நீக்கி விடுகிறதல்லவா? அப்படிப் பொருத்தமற்ற வேண்டுதல் களை விலக்கி உண்மையான பக்தியுடன் உள்ளவற்றை ஏற்றுக் கொள்கிறார். அதனால்தான் சூர்ப்பகர்ணர் எனப்படுகிறார்.

ஹேரம்பர் : விநாயகர் ஐந்து முகத்தோடு விளங்கும் வடிவம்தான் ஹேரம்பர். ஐந்து யானைத் தலைகள், பத்துக் கைகள், சிங்க வாகனம். தந்தையைப் போல் ஐந்து முகத்தோடு காட்சி தரும் அவர் தாயின் சிம்ம வாகனத்தில் அமர்ந்து காட்சி தருகிறார். அதனால் ஹேரம்பர் எனப்படுகிறார்.

ஸ்கந்த பூர்வஜர் : பூர்வஜர் என்றால் முன்னால் பிறந்தவர் என்று பொருள். முருகனுக்கு மூத்தவர். அதை விட முருகனுக்கு முன்னவர் என்பதே பொருத்தமானதாகும்.

பதினாறு வடிவங்கள்

இவ்விதம் பதினாறு நாமாவளிகளால் பூஜிக்கப்படும் விநாயகர் பதினாறு திருக்கோலம் கொண்டும் திகழ்கிறார். நாமாவளியிடம் வந்த பெயர்களோடு அதில் இடம் பெறாத வடிவங்களும் இவற்றுள் உள்ளன.

பால கணபதி, தருண கணபதி, விகட கணபதி, வீரகணபதி, சக்தி கணபதி, துவஜ கணபதி, பிங்கள கணபதி, உச்சிஷ்ட கணபதி,

லக்ஷ்மி கணபதி, விக்கினராஜ கணபதி, புவன கணபதி, க்ஷிப்ர கணபதி. ஹேரம்ப கணபதி, நிருத்த கணபதி, ஊர்த்துவ கணபதி, மகா கணபதி என்பவையே அவை.

இவை ஒவ்வொன்றிற்கும் தனித்தனி வடிவங்கள் உண்டென் றாலும் சிலவற்றை மட்டும் பார்ப்போம்.

ஹேரம்ப கணபதி ஐந்து முகங்கள், பத்து கரங்கள் கொண்டவர் என்பதைப் பார்த்தோம். அவற்றில் என்னென்ன ஏந்தியிருப்பார் என்பதை திருவுருவ விளக்கத்தில் காண்போம். அங்குசம், கதை, கரும்புவில், சக்கரம், சங்கு, பாசம், தாமரை மலர், நெற்கதிர், உடைந்த தந்தம், இரத்தின கலசம் என்பவையே அவை.

பால கணபதிக்கு குழந்தை யானைத் தலை. நான்கு கை, பொன்னிறம் தருண கணபதிக்கு இளைஞனுக்குரிய தேகத்தில் யானைத்தலை. ஆறு கரங்கள் வீரகணபதிக்கு பதினாறு கரங்கள். இரு கரம் அபய வரதமாக மற்றவற்றில் ஆயுதங்கள். நிருத்த கணபதிக்கு எட்டு கரங்கள். ஏழு கரங்களில் பொருட்கள். ஒரு கரமும் காலும் நடன அபிநயத்தைக் காட்டுகின்றன.

மகா கணபதி கல்ப மரத்தடியில் பத்மாசனத்தில் அமர்ந்திருக்கிறார். சிவத்தைப் போன்றே மூன்று கண்கள் கொண்டிருப்பதோடு அவரைப் போலவே பிறைச்சந்திரனை அணிந்து சிகப்பு வர்ணம் கொண்டவராகக் காட்சி தருகிறார்.

திருத்தல வரலாறுகள்

இனி நாம் விநாயகர் எழுந்தருளியிருக்கும் சில முக்கியமான திருத்தலங்களின் பெயர்களையும், அங்கு நடந்த சில வரலாறுகளை ஓரிரு வரிகளில் காண்போம்.

இந்த வரிசையில் நாம் காண வேண்டிய முதல் திருத்தலம் பிள்ளையார்பட்டி. ஏனென்றால் இது பிள்ளையாரை மட்டுமே பிரதான தெய்வமாகக் கொண்ட திருத்தலம். மதுரையிலிருந்து குன்றக்குடி செல்லும் பாதையில் இது அமைந்துள்ளது. பாறை ஒன்றில் அதை இடம் மாற்றாமல் அப்படியே உருவாக்கப்பட்ட

இந்த விநாயகர் சிலையின் படம்தான் பல குடும்பங்களில் வழிபடு தெய்வமாக வைத்து வணங்கப்படுகிறது என்பது இதற்குரிய தனிச்சிறப்பாகும். இங்கு எழுந்தருளியிருக்கும் விநாயருக்குப் பெயர் கற்பக விநாயகர். கற்பக விருட்சம்போல் கேட்டதையெல்லாம் கொடுக்கும் விநாயகர்.

மதுரை - மீனாட்சியம்மன் கோயில் முகப்பில் சித்தி விநாயகர். உள்ளே முக்குருணி அரிசிப் பிள்ளையார். விநாயக சதுர்த்தியில் இவருக்கு ஏழுபடி அரிசியில் ஒரே கொழுக்கட்டையாகச் செய்து நிவேதனம் செய்வது மரபு.

திருக்கடிக்குளம் (தஞ்சை) - பழத்தைப் பெற்றுக் கொண்டு அதைத் தந்த அம்மையப்பரைப் பூசித்த தலம்.

திருக்கடவூர் (மாயூரம் பகுதி) - அமுதக் குடத்தை மறைத்து வைத்ததால் கள்ளவாரணப் பிள்ளையார் என்று பெயர்.

செங்காட்டங்குடி (மாயூரம் பகுதி) - சிவ பக்தனான கஜமுகா சுரனைக் கொன்ற பாபம் தீர சிவலிங்கம் ஸ்தாபித்து வணங்கியதால் சுவாமிக்கு கணபதீசுரர் என்று பெயர். பரஞ்சோதி கொண்டு வந்த வாதாபி கணபதி பிரதிஷ்டை செய்யப்பட்ட ஊர்.

தேரழுந்தூர் (மாயூரப்பகுதி) - ஞானசம்பந்தர் சிவாலயம் எங்குள்ளது எனத் தேடி வருகையில் அது இருக்குமிடத்தைக் காட்டியவர். அதனால் வழிகாட்டி விநாயகர் என்று பெயர்.

திருப்புறம்பியம் (கும்பகோணம்) - பிரளயம் காத்த விநாயகர்.

திருப்பனந்தாள் (கும்பகோணம்) - குங்குலியக் கலய நாயனார் மகனை உயிர்ப்பித்தவர், ஆதலால் பிணம் மீட்ட விநாயகர்.

திருநாகேஸ்வரம் (கும்பகோணம்) - முதலாம் ராஜராஜன் வடதிசை படையெடுப்பின்போது கொண்டு வந்த கங்கை விநாயகர்.

திருவையாறு - பிரசன்ன விநாயகர்

வேதாரண்யம் - வீரசக்தி விநாயகர்

தில்லை இடும்பாவனம் - வெள்ளை விநாயகர்

திருநாரையூர் - பொல்லாப் பிள்ளையார்

திருச்சி - மலைக்கோட்டை விநாயகர்

காளஹஸ்தி - பஞ்ச சக்தி விநாயகர்

திருவலஞ்சுழி (சுவாமி மலைப்பகுதி) - கடல் நுரையில் உருவான வலஞ்சுழி விநாயகர், வெள்ளைக் கல்லில் உருவானவர், ஆதலால் சுவேத விநாயகர்

கங்கை கொண்ட சோழபுரம் - கணக்க விநாயகர்

திருவலம் (வடாற்காடு) - வலம் வந்த விநாயகர்

செய்யாறு (வடாற்காடு) - ஈசனுடன் இணைந்து ஆடிய நர்த்தன விநாயகர்

விருத்தாசலம் (தென்னாற்காடு) - ஆழத்துப் பிள்ளையார்

அச்சரப்பாக்கம் - திரிபுர அச்சிறுத்த விநாயகர்

கோகர்ணம் - இராவணன் கொண்டு சென்ற சிவலிங்கத்தை மீட்டு ஸ்தாபிதம் செய்த விநாயகர்

ஹம்பி - கடலை அளவே உள்ள கடலைக் கல்லுப்பிள்ளையார்

மேலும் எண்ணற்ற ஊர்களில் எண்ணற்ற பெயர்களோடு எழுந் தருளியிருக்கிறார் விநாயகர். அரச மரத்தடியைக் கண்டால் அங்கே சென்று அமர்ந்து விடுகிறார். ஆற்றங்கரையைக் கண்டால் அங்கே போய் உட்கார்ந்து கொள்கிறார்.

இத்தகைய பெருமானுக்கென சில விரதங்கள் சொல்லப் பட்டுள்ளன.

விநாயக சதுர்த்தி விரதம்

சுக்கிர வார விரதம் : வைகாசி சுக்கிர வாரந்தோறும் விநாயகரைத் துதித்து அனுட்டிக்கப்படுகிறது.

விநாயக சஷ்டி விரதம் : கார்த்திகை மாதம் கிருஷ்ணபட்சம் பிரதமை முதல் இருபத்தொரு நாட்கள் அனுட்டிக்கப்படுகிறது.

சங்கடஹர சதுர்த்தி விரதம் : மாதந்தோறும் அனுட்டிக்கப்படு கிறது.

இருப்பினும் இவை எதையும் அனுட்டிக்காதவர்கள் கூட ஆர்வத் தோடு அனுட்டிக்கும் விரதம் விநாயக சதுர்த்தி விரதம். அதனால் நாம் இனி விநாயக சதுர்த்தி விரதத்தின் மகிமையைப் பார்ப்போம். இந்த விரதம் உருவாகக் காரணமாக இருந்தவன் சந்திரன்.

விநாயகர் ஒரு நாள் தமது வாகனத்தில் அமர்ந்து வானலோகத்தி லுள்ள மண்டலங்களுக்கு நடுவே வலம் வந்தபோது, சந்திர மண்டலத்திற்கும் சென்றார். தான் மிகச்சிறந்த அழகன் என்று கர்வம் கொண்டிருந்த சந்திரன், விநாயகரின் விசித்திரமான வடிவத்தைக் கண்டு ஏளனமாக சிரித்தான். விநாயகர் கோபம் கொண்டு, "உனது அழகையெல்லாம் இழந்து சண்டாளனாக ஆவாயாக!" என்று சபித்தார். மறுகணமே அவன் விகார ரூபம் கொண்டவனாகி குகைக்குள் மறைந்து வாழும் நிலைக்கு ஆளானான். அப்படி அவன் சபிக்கப்பட்டது நாலாம் பிறையாக இருந்த நாளானதால் அன்றைய தினம் அதைப் பார்க்கக் கூடாது. அப்படிப் பார்த்தால் அவனுக்குற்ற தோஷத்தில் சிறிது நம்மையும் பற்றும். ஆனால் நாம் அதைப் பார்க்கக்கூடாது என நினைத்துப் போனாலும் அதுதான் சட்டென்று கண்ணில் படும்.

அஸ்வினி முதலான சந்திரனின் நட்சத்திர மனைவியர் இருபத்து ஏழு பேரும் சந்திரனுக்கு என்ன நேர்ந்தது என தேடித் திரிந்தனர். நாரதர் மூலம் நடந்ததையறிந்து அவன் சபிக்கப்பட்ட அதே சதுர்த்தசியில் விநாயகருக்காக விரதமிருந்து வழிபட்டார்கள். அவர்களது பக்தியைக் கண்டு மகிழ்ந்த விநாயகப் பெருமான் சந்திரன் மீண்டும் ஒளிபெற்றுத் திகழ அருள்புரிந்தார். சாபவிமோசனம் பெற்ற சந்திரன் விநாயகரின் பாதம் பணிந்து நலம் பெற்றான்.

சதுர்த்தியானது களிமண்ணால் செய்த பிள்ளையாரை வாங்கி வந்து எருக்கம்பூ, அருகம்புல் மாலைகள் மற்றும் காகிதக் குடை கொண்டு அலங்கரித்து வழிபடுவார்கள். மஞ்சள், சந்தனம், வெல்லம், சாணம் இவற்றைக் கொண்டும் விநாயகர் வடிவம் செய்து வழிபடுவதுண்டு.

ஆவணி மாதம் சுக்லபட்ச சதுர்த்தியில் விநாயக சதுர்த்தி கொண்டாடப்படுகிறது. அதன் மூலம் அதுவரை நாலாம்பிறையைப் பார்த்ததால் ஏற்பட்டிருந்த தோஷம் நீங்குகிறது.

இத்தகைய சிறப்புக்குரிய விநாயக சதுர்த்தி நாளில் அப்பம், கொழுக்கட்டை, அவல், பொரி கடலை, வெல்லம், சர்க்கரைப் பொங்கல், தேங்காய், வாழைப்பழம், எள்ளுருண்டை, சுண்டல், கொய்யாப்பழம், விளாம்பழம், நாவற்பழம் முதலானவற்றை வைத்து வழிபட்டு அவருக்குரிய விரதத்தை முறையாகக் கடைப் பிடிக்க வேண்டும்.

இதன் மூலம் செல்வச் செழிப்பு மேலோங்கும். தொழில் வளம் பெருகும். மக்கட்பேறு கிட்டும். காரிய சித்தி உண்டாகும். ஞானம் தோன்றும். அதனால் நாம் அனைவரும் விநாயக சதுர்த்தி விரதம் இருந்து சகல நலமும் பெறுவோமாக!

ॐ

கந்த சஷ்டி விரதம்

ஆடும் பரிவேல் அணிசே வலெனப்
பாடும் பணியே பணியாய் அருள்வாய்
தேடும் கயமா முகனைச் செருவில்
சாடும் தனியா னைசகோ தரனே

முருகப் பெருமானின் பெருமைகளை எண்ணற்ற காலமாக எத்தனையோ சான்றோர் பெருமக்கள் பேசியிருக்கிறார்கள், பாடியிருக்கிறார்கள், எழுதியிருக்கிறார்கள். ஆனாலும் பேசப் பேச இனிக்கக் கூடியது, பாடப் பாட பக்திப் பரவசம் தருவது, எழுத எழுத இனிய ஊற்றாகச் சுரப்பது முருகன் பெருமை. அந்த முருக னுடைய சிறப்பு என்ன? அந்தப் பெயருக்கு என்ன பெருமை?

முருகுகள் இளமை நாற்றம்
முருகவேள் விழா வனப்பாம்

என்கிறது பிங்கல நிகண்டு அதாவது முருகன் என்றாலே அழகு என்று பொருள். அழகானவன் என்று சொன்னால் அவன் கை அழகா? அல்லது கால் அழகா? முகம் அழகா? அல்லது திருவுருவம் அழகா என்ற கேள்விக்கு அருணகிரிநாதர் ஒரு விடை சொல்கிறார்.

"எழுதரிய அறுமுகமும் அணிநுதலும் வயிரமிடை
இட்டுச்சமைந்தசெஞ் சுட்டிக் கலன்களும் துங்கநீள்பன்
இருகருணை விழிமலரும் இலகுபதி னிருகுழையும்
இரத்தினக் குதம்பையும் பத்மக் கரங்களும் செம்பொன்நூலும்
மொழிப்புகலும் உடைமணியும் அரைவடமும் அடியிணையும்
முத்தச் சதங்கையும் சித்ரச் சிகண்டியும் செங்கை வேலும்
முழுதும்அழ கியகுமர கிரிகுமரி உடனுருகும்
முக்கட் சிவன்பெறும் சற்புத்ர உம்பர்தம் தம்பிரானே"

முழுதும் அழகிய குமர என்பார். அந்தக் குமரன் - அவனுடைய திருமேனி முழுவதுமே அழகானவன் என்று சொல்கிறார். இந்த முருகப்பெருமான் தோன்றுவதற்கு எது காரணமாக அமைந்தது?

அசுரர்கள்தான் ஒரு திருவவதாரமம் நிகழ்வதற்கு காரணமாக அமைகிறார்கள். இப்படி இங்கு சூரபத்மன் என்பவன் காரணமாக அமைகிறான். இந்த சூரபத்மன் தீமைகளே உருவானவன். பாவங் களின் மொத்த வடிவம்.

சூரபத்மன் சிங்கமுகாசுரன், தாரகாசுரன் முதலான அசுரர்கள் தாங்கள் எதில் ஈடுபட்டார்களோ, அதைத் தொடர்ந்து செய்து கொண்டிருந்தார்கள். தேவர்களை சிறையிலடைத்தும், ஓட ஓட விரட்டியும் கொடுமை புரிந்தார்கள்.

அவர்கள்தான் முருகப் பெருமானின் திரு அவதாரம் நிகழக் காரணமாகயிருந்தார்கள்.

சூரபத்மன் மிகக் கடுமையான யாகம் செய்து அதன் பயனாக ஈசனிடம் பல வரங்கள் பெற்றான். அதில் மிகவும் குறிப்பிடத்தக்கது, "தேக சம்பந்தமே இல்லாமல் ஆணிடமிருந்தே தோன்றிய ஒருவ னால் தான் தங்களுக்கு மரணம் நேர வேண்டும்" என்பதாகும்.

இறைவனும் அதை ஏற்று, "எம் சக்தியல்லால் வேறு எதனாலும் உங்களுக்கு மரணமில்லை" என்று வரமளித்து விட்டார்.

அசுரருக்கு இவ்விதம் வரமளித்த அவர்தானே அமரரைக் காப்ப தற்கு வழிகாட்ட வேண்டும். அதனால்தான் தேவர்கள் யாவரும் "அபயம்! அபயம்!" என்று ஈசனிடம் சரணடையப் புறப்பட்டார்கள்.

திருமுருகன் அவதாரம்

திருமுருகன் எப்படி அவதாரம் செய்தார் என்பதை கச்சியப்ப சிவாச்சாரியார் மிகவும் அற்புதமாகப் பாடுகிறார். தேவர்கள் அத்தனை பேரும் திரண்டு கைலாயத்திற்கு ஓடி வந்தார்கள். பெருமானுக்கு முன்னால் நின்று, "சுவாமி தாங்கள்தான் எங்களைக் காத்தருள வேண்டும்" என்றார்கள்.

"ஆதியும் நடுவும் ஈறும்
அருவமும் உருவும் ஒப்ப
ஏதுவும் வரவும் போக்கும்
இன்பமும் துன்பு மின்றி
வேதமும் கடந்து நின்ற
விமலஓர் குமரன் தன்னை
நீதரல் வேண்டும் நின்பால்
நின்னையே நிகர்க்க என்றார்"

'ஒரு குழந்தையை நீ தர வேண்டும். உன்னிடமிருந்தே தர வேண்டும்' என்று கேட்கிறார்கள். அப்படியானால் என்ன பொருள்? நீயே அந்த குழந்தையாக வர வேண்டும் என்று கேட்கிறார்கள். சுவாமி, "அவ்வாறே ஆகட்டும்" என்று அருள்புரிந்தார்.

அடுத்த கணம் அவர் நெற்றிக் கண்ணிலிருந்து ஆறு தீப்பொறிகள் புறப்பட்டன. அந்தத் தீப்பொறிகள் புறப்பட்ட வேகத்தைக் கண்டு, தேவர்களும் முனிவர்களும் ஆளுக்கொரு பக்கம் சிதறி ஓடினார்கள். நந்திதேவர் ஓடினார். ஏன்? அன்னை பராசக்தியே அதனுடைய உக்கிரம் தாங்காமல் ஓடினாள். அப்படி ஓடியபோது அவள் பாதத்திலே அணிந்திருந்த சிலம்பிலிருந்து நவமணிகளும் தெறித்து விழுந்தன. நவசக்திகள் ஆயின. அவற்றிலிருந்து நவவீரர்கள் தோன்றினார்கள்.

இப்படியாக சிதறி ஓடிய அத்தனை பேரும் மீண்டும் என்ன செய்தார்கள்? வேறு வழியே இல்லாமல் மீண்டும் கைலாயத்திற்கே திரும்பி வந்தார்கள். அதை மிக அழகாகச் சொல்கிறார் கச்சியப்பர்.

"நயத்தகு கண்ணுதல் நாதன் அடைந்தனர்
கலத்தலை அகன்றிடா காகம் போலவே"

என்றார்.

கப்பலில் உட்கார்ந்திருந்த காகங்களை ஒருவர் விரட்டினாலும் பறந்து சென்ற காகங்கள் எங்கும் நீர்மயமாயிருப்பதால் மறுபடியும் திரும்பி வந்து அந்த கப்பலிலேயே உட்காருவதைப் போல. தேவர்கள் அத்தனை பேரும் ஓடிவந்து அவரை சரணடைந்தார்கள். "சுவாமி... எங்களைக் காத்தருளுங்கள். நாங்கள் புதல்வனைத் தானே கேட்டோம். தாங்கள் நெருப்பைத் தந்து விட்டீர்களே" என்றார்கள். "இல்லை. புதல்வனைத்தான் தந்திருக்கிறேன்" என்று சொல்லி, அவர் கையை நீட்டினார். ஆறு தீப்பொறிகள் அவர் கையில் வந்து சேர்ந்தன. அதை வாயு தேவனிடம் கொடுத்து 'எடுத்துக் கொண்டு போ' என்றார்.

வாயுதேவன் தடால் என்று காலில் விழுந்தான். "சுவாமி... என் மேல் ஏதேனும் கோபம் இருந்தால் வேற எந்த வகையிலாவது தண்டனை கொடுங்கள். இப்படி ஆறு நெருப்புப் பொறிகளைக் கொடுத்தால் நான் என்ன செய்வேன்" என்றான். "கவலைப்படாதே, அதைத் தாங்கும் சக்தியை உனக்குத் தந்தோம்" என்றார் ஈசன்.

"அவனருளாலே அவன்தாள் வணங்கி"

அதன்படி அதைப் பெற்றுக் கொண்டு சென்றான். கங்கை ஆற்றிலே விட்டான். கங்கை சுமந்து கொண்டு சென்றது. பூமியிலே இருக்கக் கூடிய சரவணப் பொய்கைக்கு வந்து சேர்ந்தது. சரவணப் பொய்கை யில் அந்த ஆறு தீப்பொறிகளும் வந்து சேர்ந்தவுடனேயே என்ன நடந்தது?

"அருவமும் உருவு மாகி
  அநாதியாய் பலவாய் ஒன்றாய்
 பிரம்மமாய் நின்ற சோதிப்
  பிழம்பதோர் மேனி யாகக்
 கருணைகூர் முகங்க ளாறும்
  கரங்கள் பன்னிரண்டும் கொண்டு
 ஒருதிரு முருகன் வந்தாங்கு
  உதித்தனன் உலகம் உய்ய"

என்கிறார் கச்சியப்ப சிவாச்சாரியார். இப்படியாக முருகப் பெரு மான் அவதரித்தார். இந்த அவதாரத்திலே நாம் என்ன சிறப்புகளைப் பார்க்கின்றோம்?

முருகப் பெருமான் எப்படித் தோன்றியிருக்கின்றார்? முதலிலே நெற்றிக்கண் நெருப்பிலேயிருந்து உதித்தார். நெருப்பு! அடுத்தது ஆகாயத்திலே பரவிப் படர்ந்தார். ஆகாயம்! காற்று தேவனால் ஏந்தப்பட்டார். வாயு! கங்கை நீரிலே விடப்பட்டார். நீர்! நிலத்திலே உள்ள சரவணப் பொய்கைக்கு வந்து சேர்ந்தார். நிலம்!

ஆக நிலம், நீர், நெருப்பு, காற்று, ஆகாயம் என்ற பஞ்சபூதங்களோடு சம்பந்தப்பட்டவராய் வந்திருக்கிறார் முருகப்பெருமான்.

என்ன பொருள்? பஞ்ச பூதங்களாலும் உங்களுக்கு என்றும் எந்தத் துன்பமும் வராமல் பாதுகாப்பேன் என்று அன்றே நமக்கு அருள் புரிந்து விட்டார் ஆறுமுகக் கடவுள்.

வேள் என்பது லாவண்யம் அழகு. மன்மதன் காமவேள். முருகன் செவ்வேள். அவர் காமனை எரித்த கண்ணிலே இருந்து வந்திருக் கிறார். என்ன பொருள்? காமத்தை எரித்தால்தான் ஞானத்தைப் பெற முடியும் என்பது பொருள்.

உலகத்திலே ஆண் பிள்ளையென்றால் யார் என்று கேட்டால், ஆடவர் யாவரும் தங்களை ஆண் பிள்ளை என்றுதான் சொல் வார்கள். ஆனால் எல்லோரும் ஆண் பிள்ளைகள்தானா? இல்லை. எல்லோருமே பெண் பிள்ளைகள்தான். ஏன்? ஒரு பெண் பெற் றெடுத்த பிள்ளைகள் பெண் பிள்ளைகள். பெண்ணின் பிள்ளைகள்.

உலகத்திலேயே மூவுலகங்களிலேயே ஒரே ஒரு ஆண் பிள்ளை முருகப் பெருமான் மட்டும்தான்! ஏனென்றால் ஆடவர்களிலேயே மிக உன்னதமானவரான அந்த சிவபெருமானுடைய நெற்றிக் கண்ணிலேயிருந்து தோன்றிய நெருப்பிலே வந்தவர். ஆகவே அவர்தான் ஆண் பிள்ளை.

இதற்கும் மேலாக முருகப் பெருமான் தமிழின் வடிவமாக விளங்கு கிறார் என்பது ஒரு தனிப்பெரும் சிறப்பு. எப்படி? அவருடைய கண்கள், அவருடைய திருமுகங்கள், அவருடைய கரங்கள் அனைத்தையும் தமிழ் எழுத்துக்களோடு ஒப்பிட்டுப் பார்க்கலாம்.

அவருடைய கரங்கள் பன்னிரண்டு. அதேபோல் உயிரெழுத்துக்கள் பன்னிரண்டு.

அவருடைய திருமுகங்கள் ஆறு. மெய்யெழுத்துக்களின் இனங்கள் ஆறு.

அதற்கு அடுத்தபடியாக அவருடைய விழிகள் எத்தனை என்று கேட்டால், இயல்பாக பன்னிரண்டு என்று சொல்வோம். பெரும் பாலும் அப்படித்தான் பாடுகிறார்கள். ஆனால் அவருக்கு ஒவ்வொரு முகத்திற்கும் மூன்று மூன்று கண்கள். பரமனே குமரனல்லவா? ஆகவே சிவனுக்கு இருப்பது போலவே இவருக்கும் மூன்று கண்கள். இதை மிக அற்புதமாக ஸ்காந்தம் சொல்கிறது. எப்படி?

> **"ஷட்வக்த்ரம் துவாதஜபுஜம் அஷ்டாதச விலோசனம்**
> **ரூபம் அங்கீக்ருதம் சுபம் லோகானாம்"**

லோகத்தற்கு சுபத்தைச் செய்வதற்காக 'ரூபம் அங்கீங்ருதம்' எல்லா மான பரம்பொருள் ஒரு ரூபத்தை அங்கீகரித்துக் கொண்டது. அது எப்படி இருந்தது? 'ஷட்வக்த்ரம்' ஆறு திருமுகங்களோடு இருந்தது. 'துவாதஜபுஜம்' பன்னிரண்டு கரங்களோடு இருந்தது. 'அஷ்டாதச விலோசனம்'. அஷ்டம் - எட்டு. தசம் - பத்து. விலோசனம் - கண்கள். அஷ்டாதச விலோசனம் பதினெட்டு கண்களோடு இருந்தது என்கிறது ஸ்காந்தம். அதன்படி பார்த்தால் அவருக்கு பதினெட்டு கண்கள். அதைத்தான் தண்டபாணி சுவாமிகள் மிக அழகாகப் பாடினார்.

கண்ணிகர் மெய்யும் - மெய்யெழுத்துக்கள் பதினெட்டும், அவரது திருவிழிகள் பதினெட்டாக இருக்கின்றன என்றார்.

கண்ணிகர் மெய்யும் சென்னிக்
கணமுரழ் இனத்தின் கூறும்
திண்ணிய புயங்க ளேபோல்
திகழ்தரும் உயிரும் வேறுஒன்று
எண்ணிடற்கு அரிய தான
எஃகமும் இயலில் காட்டும்
புண்ணிய முருகன் செய்ய
பொற்பதம் போற்றி வாழ்வோம்

என்று பாடுகிறார். அந்த ஃ என்ற எழுத்தைப் போல வேலாயுதம் இருக்கிறதாம். இப்படி தமிழின் வடிவமாக இருக்கக் கூடியவர் முருகப் பெருமான் என்பதைப் பார்க்கிறோம்.

நக்கீரர், ஔவையார், பொய்யாமொழி, அருணகிரிநாதர், குமர குருபரர், பகழிக்கூத்தர், கச்சியப்ப சிவாச்சாரியார், திருப்போரூர் சிதம்பரம் சுவாமிகள், வள்ளலார், வண்ணிச்சரபம் முருகதாச சுவாமிகள், பாம்பன் குமரகுருதாச சுவாமிகள் முதலாக முருகனைப் பாடிய செந்தமிழ்ப் புலவர்கள் பலருண்டு.

அவர்கள் ஒவ்வொருவருக்காகவும் முருகப் பெருமான் சில திருவிளையாடல்கள் புரிந்து அருள்புரிந்தார். அவை யாவும் தனி நூலாகப் பார்க்கப்பட வேண்டியவை.

இரு கதைகள்; சில தத்துவங்கள்

முருகப் பெருமானின் இளம் வயது கதைகளாக சில வரலாறுகள் சொல்லப்படுகின்றன. அவற்றுள் பிரசித்தி பெற்ற இரு கதைகளின் வரலாற்றில் உள்ள தத்துவங்களைக் காண்போம்.

முருகப் பெருமான் பழத்துக்காகக் கோபித்துக் கொண்டு போய் பழனியில் அமர்ந்தார் என்று வரலாறு கூறுகிறது.

நாம் இதைப் பற்றிச் சிறிது சிந்தித்துப் பார்ப்போம். முருகப் பெருமான் ஒரு பழத்துக்காக அண்ணனுடன் சண்டை போடக் கூடியவரா? தம்பிக்கு அந்தப் பழத்தைக் கொடுத்து விடுவோமே என்று எண்ணக்கூடிய அளவிற்குப் பண்பில்லாதவரா விநாயகப் பெருமான்? இல்லை. அப்படியில்லையென்றால் எதற்காக இந்தக் கதை? இதன் மூலம் ஒரு தத்துவத்தை நமக்குச் சொன்னார்கள். என்ன?

உலகில் இருக்கிற எல்லாப் பொருள்களிலும் இறைவன் இருக்கின் றான். உலகத்தில் இருக்கக்கூடிய எல்லாப் பொருளும் இறைவனுக் குள்ளே இருக்கின்றன. இரண்டும் இரண்டு இரு வேறு நிலைகள்.

விநாயகர் என்ன செய்தார்? இறைவனுக்குள்ளே இருக்கக்கூடிய உலகத்தைக் காண்பதற்காக அவரை மூன்று முறை சுற்றி வந்தார். முருகப் பெருமான் என்ன செய்தார்? உலகத்தில் இருக்கக் கூடிய இறைவனை உலகத்தின் ஒவ்வொரு பொருளிலும் இருக்கக்கூடிய இறைவனின் சாந்நித்யத்தை காண்பதற்காக மயில் மீது ஏறி வலம் வந்தார்.

இந்தத் தத்துவத்தைச் சொல்வதற்குத்தான் இப்படி ஒரு கதையை அமைத்தார்கள்.

பரமனே குமரனுக்குச் சீடனானார் என்பது ஒரு வரலாறு. அது பிரம்மதேவரிடமிருந்து தொடங்குகிறது.

பிரம்மதேவனுக்கு ஒரு கர்வம் வந்தது. நான் குமரனை வணங்கத் தேவையில்லை என்று நினைத்துக் கொண்டு போனார். சுவாமியை அங்கே இருக்கக்கூடிய எம்பெருமானை கைலாய நாதனை சர்வேஸ்வரனை வணங்கி விட்டு வந்தார். போகும்போதும் அங்கு விளையாடிக் கொண்டிருந்த முருகனைப் பார்த்து வணக்கம் தெரி விக்கவில்லை. திரும்பும் போதும் முருகனைப் பார்த்து வணக்கம் தெரிவிக்கவில்லை.

பெருமான் பார்த்தார். ஆஹா... இவருக்கு இவ்வளவு அகந்தையா என்று நினைத்தார். அவரை அழைத்து வாருங்கள் என்றார். வீரபாகு முதலானவர்கள் அழைத்து வந்தார்கள்.

"ஐயா.. தங்கள் பெயரென்னவோ?"

"ஆ... என்னைத் தெரியவில்லையா? நான் யார் என்று கேட்கிறாயா? நான் படைக்கும் கடவுள். காலத்தின் அடையாளமாக விளங்குவ தால் காலக்கடவுள் என்றே எனக்குப் பெயர். பிரம்மத்தை உச்சரித்துப் படைப்பதால், என்னை பிரம்மதேவன் என்பார்கள்."

"அப்படியா? பிரம்மத்தை உச்சரித்துப் படைக்கிறீர்களா? அந்தப் பிரம்மத்தைப் பற்றி எது சொல்கிறது?"

"வேதங்கள் சொல்கின்றன."

"வேதங்கள் எத்தனை?"

"நான்கு"

"அவை என்னென்ன?"

"ரிக் வேதம், யஜுர் வேதம், சாம வேதம், அதர்வண வேதம்."

"இவற்றுள் முதலாக விளங்குவது எது?"

"ரிக் வேதம்"

"ரிக் வேதம் எப்படித் தொடங்குகிறது?"

"ஓம்..."

"சற்றுப் பொறுங்கள். ஓமென்று சொன்னீர்களே! அதற்கு என்ன விளக்கம்?"

திடுக்கிட்டார் பிரம்மதேவர். அதுவரை மிக சாதாரணமாக பேசிக் கொண்டு வந்தவருக்கு அதற்கு பிறகு வார்த்தை வரவில்லை.

"ஆ! ஓம் என்றால் ஓம் தான்."

"ஆங்... இப்படியெல்லாம் சொல்லி சமாளிக்கக் கூடாது. ஓமென்றால் என்ன அர்த்தம்?"

"தெரியவில்லை."

தடுமாறிப் போனார். இதைத்தான் கச்சியப்ப சிவாச்சாரியார் பாடினார்.

"ஓமெனும் ஓரெழுத்தின் உண்மையை அறியான்
மாமலர்க் கடவுள் என்றால்
நாமினிச் சில அறிந்தீனம் என்பது நகையே"

என்றார். அதன்படி அந்த ஓங்காரத்தைப் பற்றி சொல்லாத காரணத் தால் - விளக்கம் தெரியாத காரணத்தால் அவரை சிறையிலடைத் தார். அதற்குப் பிறகு சிவபெருமானுக்கு செய்தி தெரிந்தது. வந்து குமரக் கடவுளிடம் பிரம்மனை விடுவிக்கும்படி செய்து விட்டு, "ஏனப்பா, உனக்குத் தெரியுமா?" என்று கேட்டார். அவர் சுவாமி நாதனாகயிருந்து உபதேசம் செய்தார் என்று கேட்கின்றோம்.

இங்கே ஒரு கேள்வி. அப்படியானால் சுவாமிக்குத் தெரியாதா? பரமேஸ்வரனுக்குத் தெரியாதா? தெரியும். நமக்குத் தெரிந்திருந்தா லும் நம் குழந்தையிடம் என்ன கேட்கிறோம்? "ரெண்டும் ரெண்டும் எத்தனை?" "ஐயயே.. அப்பா இதுகூடத் தெரியாதா?" "தெரியலியே!" "ரெண்டும் ரெண்டும் மூணுதானே?" "இல்லப்பா ரெண்டும் ரெண்டும் நாலு" என்கிறது குழந்தை. அப்படித்தான் தன் குழந்தை மழலை மொழியில் அந்த ஓங்காரத்தின் பொருளைச் சொல்வதை தன் காதிலே சீடனாகயிருந்து கேட்டுக் கொண்டார் அந்தப் பரமேஸ்வரன் என்பதைப் பார்க்கிறோம்.

அதுமட்டுமல்ல; ஓர் உயர்ந்த பொருளைச் சொல்பவர் சிறுபிள்ளையானாலும் சொல்பவர் அந்த நேரத்தில் குரு. கேட்பவர் எவ்வளவு பெரியவரானாலும் கேட்பவர் அந்த நேரத்தில் சீடன். இந்தச் சிறந்த கருத்தை எளிய முறையில் விளக்குகிறது இந்த நிகழ்ச்சி.

வேல் வேல் ஞானவேல்

இத்தகைய முருகப் பெருமானின் வரலாற்றில் முருகனுக்கு சமமாக, முருகனாகவே கருதப்பட்டு துதிக்கப்படுவது அவரது வீரவேல். அந்த வேல் எப்படியிருக்கிறது? ஆழ்ந்திருக்கிறது. மேலே அகன்றிருக்கிறது. உச்சியிலே கூர்மையாக நுணுகியிருக்கிறது. ஆழ்ந்தகன்ற நுண்ணியனே என்று பாடுவார் மாணிக்கவாசகர். அது அந்த வேலாயுதத்துக்குப் பொருந்தியிருக்கிறது.

முருகன் ஏந்திய வேல் ஞானவேல். அதனால்தான் அது ஆழ்ந்திருக்கிறது. அகன்றிருக்கிறது. நுணுகியிருக்கிறது. இந்த வேலைக் கொண்டு சூரனாதியரை அவர் வென்றார் என்பதைப் பார்க்கிறோம். அதன் பொருளென்ன? மாயாமலமாக இருக்கக் கூடியவன் தாரகாசுரன். அவனை அந்த ஞானவேல் முதலில் கொன்றது. அதற்குப் பிறகு கன்ம மலமாக இருக்கக் கூடியவன் சிங்கமுகாசுரன். அதனால்தான் அவனுக்கு ஆயிரம் தலைகள் இரண்டாயிரம் கைகள் என்று வைத்தார்கள். கர்மவினை அப்படியெல்லாம் வந்து நம்மைப் பற்றும் என்பதற்காக! அவனை வேல் இரண்டாவதாகக் கொன்றது. சூரபத்மன் ஆணவ மலத்தின் அடையாளம். ஆணவத்தை அழிக்க முடியாது. அடக்க வேண்டும். அதனால் அவனை இருகூறாகப் பிளந்து, ஒரு பாகம் மயிலாகவும், ஒரு பாகம் சேவலாகவும் மாற, அந்த மயில்மீது ஆரோகணித்தார் என்று வைத்தார்கள்.

சூரபத்மன் இரு கூறானான் என்பது ஆணவ மலத்தின் இரு கூறுகளைக் குறிக்கிறது. நான் என்னும் அகங்காரம் - எனது என்னும் மகங்காரம் என்பவைதான் அவை. ஆவாரக சக்தி. அதோ நியாமிகா சக்தி என அவற்றைக் குறிப்பிடுவார்கள். மயிலும் சேவலுமாக யிருக்கும் இரு கூறுகளில் மயில் விந்து தத்துவம். சேவல் நாத தத்துவம். இதைத்தான் "நாதவிந்துகலாதி நமோ நம" என்று பாடினார் அருணகிரிநாதர்.

இப்படி அந்தப் பெருமானின் வரலாறு எத்தனையோ தத்துவங்களைக் கொண்டதாகயிருக்கிறது.

இரு மாதர்

இவ்விதம் சூரசங்கார வரலாற்றைப் பார்த்த நாம் அதன்பின் தெய்வயானையையும், வள்ளியையும் மணந்து காட்சி தந்ததையும் காண வேண்டுமல்லவா?

ஆன்மா இறைவனை அடைவதில் இரு நிலை உண்டு. ஒன்று மற்கட நியாயம் எனப்படும். குரங்கு குட்டி தாயைத் தழுவிக் கொண்டுள்ள நிலை. அதன்படி தெய்வயானை தானே தேடிச் சென்று முருகனை மணந்தாள். அது பரத்துவம் எனும் மேன்மையைக் காட்டுகிறது.

பரமாத்மாவான இறைவன் ஜீவாத்மாவைத் தானே தேடி வந்து ஆட்கொள்ளுவது மார்ச்சால நியாயம் எனப்படும். பூனை தன் குட்டியை தானே எடுத்துச் செல்லும் நிலை. அதன்படி முருகன் வள்ளியைத் தானே தேடிச் சென்று பல திருவிளையாடல்கள் நடத்தி ஆட்கொண்டான். இது சௌலப்பியம் எனும் எளிமையைக் காட்டுகிறது.

வள்ளி இச்சா சக்தி. கையில் தாமரையை ஏந்தி முருகனுக்கு வலது பக்கம் நிற்கிறாள். தெய்வயானை கிரியா சக்தி. கையில் அல்லி மலலை ஏந்தி முருகனுக்கு இடது பக்கம் நிற்கிறாள். இதில் ஒரு நுணுக்கமான கருத்து இருக்கிறது. சூரியனைக் கண்டு மலரக் கூடியது தாமரை. சந்திரனைக் கண்டு மலரக் கூடியது அல்லி. முருகனின் வலது கண் சூரியனானதால் வலதுபுறம் உள்ள வள்ளியின் கையில் உள்ள தாமரை எப்போதும் மலர்ந்திருக்கும். முருகனின் இடது கண் சந்திரன் என்பதால் இடதுபுறம் உள்ள தெய்வயானையின் கரத்தில் உள்ள அல்லி எப்போதும் மலர்ந்திருக்கும். என்ன பொருள்? முருகன் அடியார்கள் வாழ்வு என்றென்றும் மலர்ந்திருக்கும்.

வள்ளிக்கு வலப்புறத்தைத் தந்ததின் மூலம் வானவரை விட மானிடரே பிரதானம் என உணர்த்துகிறார் முருகன்.

முருகன் மும்மை நலங்களும் அருள்கிறான். மண்ணில் தோன்றிய வள்ளியைக் காரணமாகக் கொண்டு இகவாழ்வான் நலங்களையும், விண்ணில் தோன்றிய தேவயானையைக் காரணமாகக் கொண்டு பரவாழ்வின் நலங்களையும், ஞானவேலைக் காரணமாகக் கொண்டு முக்தியையும் தருகிறான் முருகன்.

சங்க இலக்கியத்தில் முருகன்

சங்க இலக்கியத்தில் பத்துப்பாட்டு நூல்களில் முதல் நூலே முருகனைப் பாடும் திருமுருகாற்றுப்படைதான் என்பதை நாம் அறிவோம். மேலும் உள்ள நூல்களில் அங்குங்கு முருகன் புகழ் அற்புதமாகப் பாடப்படுகிறது.

முருகன் குறிஞ்சி நிலத் தெய்வம் என்பதால் சேயோன் மேய மைவரை உலகமும் என்கிறது தொல்காப்பியம்.

மணிமயில் உயரிய மாறா வென்றிப்
பிணிமுக ஊர்தி ஒண்செய் யோனும்

- என்கிறது புறநானூறு.

செங்களம் படக்கொன்று அவுணர்த் தேய்த்த
செங்கோல் அம்பின் செங்கோட்டு யானை
கடில்தொடி சோய் குன்றம்
குருதிப் பூவின் குலைக்காந் தட்டே

- என்கிறது அகநானூறு.

உழல்மதில் சுட்ட தழல்நகைப் பெருமான்
வணங்கிநின் றேத்த ஒருமொழி வைத்தோய்

- என்கிறது கல்லாடம்.

நெஞ்சுபக வெறிந்த அஞ்சுடர் நெடுவேல்
சேவலங் கொடியோன் காப்ப
ஏம வைகல் எய்தின்றால் உலகே

- என்கிறது குறுந்தொகை.

சூருடை முழுமுதல் தடிந்த பேரிசைக்
கடுஞ்சின விறல்வேள்

- என்கிறது பதிற்றுப்பத்து

சீர்கெழு செந்திலும் செங்கோடும் வெண்குன்றும்
ஏரகமும் நீங்கா இறைவன்கை வேலன்றே
பாரிரும் பௌத்தின் உள்புக்குப் பண்டொருநாள்
சூர்மா தடிந்த சுடரிலைய வெள்வேலே

- என்கிறது சிலப்பதிகாரம்.

குருகு பெயர்க் குன்றம் கொன்றோன்
ஆலமர் செல்வன் மகன்

- என்கிறது மணிமேகலை.

இருபத்திரண்டு பாடல்கள் கொண்ட பரிபாடலில் எட்டுப் பாடல்கள் முருகனைப் பற்றிப் பாடப்பட்டவையாகும்.

அமரகோசத்தில் முருகன்

ஆதிசங்கரர் ஆறு சமய நெறிகளை வகுத்துத் தந்தார். அதன்படி கணபதி வழிபாடு காணாபத்யம் என்றும், சூரிய வழிபாடு சௌரம் என்றும், அம்பிகை வழிபாடு சாக்தம் என்றும், சிவ வழிபாடு சைவம் என்றும், விஷ்ணு வழிபாடு வைணவம் என்றும் வழங்குவதுபோல் குமரன் வழிபாடு கௌமாரம் என வழங்குகிறது. குமாரன் என்ற பெயரில் இருந்துதான் கௌமாரம் என்ற பெயர் ஏற்பட்டது.

ஸ்கந்த என்கிற தாதுக்கு வெளிப்படுவது என்று பொருள். மேகத்தி லிருந்து மின்னல் வெளிப்படுவதுபோல சிவஜோதியிலிருந்து தெறித்தது ஸ்கந்த எனும் பெயர் கொண்டது. அதன் அடிப்படையி லேயே ஸ்காந்தம் எனும் புராணம் உருவாயிற்று. தமிழில் ஸ்கந்தன் கந்தன் என குறிப்பிடப்பட்டான். ஸ்காந்தம் கந்தபுராணமாயிற்று. கச்சியப்ப சிவாச்சாரியார் 10,000 கவிதைகளுக்கு மேல் பாடினார்.

ஆனால் வடமொழியில் பாடப்பட்ட ஸ்காந்தமோ மகாபுராண மாக, புராணங்களிலேயே மிகப் பெரியதாக, ஒன்றரை லட்சம் கிரந்தங்கள் கொண்டதாக வியாசரால் பாடப்பட்டது.

ஈசன் வஸ்து (MATTER). அம்பாள் அதன் சக்தி (ENERGY). இருவர் அருளின் அம்சமாக உதித்தவன் முருகன்.

அமரகோசம் என்பது தெய்வப் பெயர்களைத் தொகுத்துக் கூறும் ஓர் அருமையான நூல். அது,

தேவ ஸேனாபதி, சூர, ஸ்வாமி,
ஸேநானி, அக்னிபூ, குஹ

என்கிறது. அக்னியில் உதித்த பூவாம் முருகன். எவ்வளவு அழகான சொல். நெற்றிக்கண் நெருப்புதானே முருகனாக அவதரித்தது.

இதில் சொல்லப்படும் ஸ்வாமி என்ற சொல்லுக்கு சகல லோகங் களையும், ஜீவன்களையும் தன் சொத்தாக ஸ்வமித்துக் கொண்ட வன். ஆட்படுத்திக் கொண்டவன் என்று பொருள் என்கிறார் பரமாசாரிய சந்திரசேகர சுவாமிகள்.

குமாரன் என்பது உயர்ந்த பெயர். குமார ஸம்பவம் என்ற சொற்றொடர் வால்மீகி ராமாயணத்தில் விஸ்வாமித்திர முனிவரால் ராமலக்ஷ்மணர்களுக்குச் சொல்லப்படுகிறது. அவர்கள் மூவரும் பல இடங்களைத் தரிசித்துக் கொண்டு வரும்போது சரவணப் பொய்கையைக் காண்கின்றனர். அங்குதான் விஸ்வாமித்திரர் அதைக் காண்பித்து குமார ஸம்பவம் இங்குதான் நிகழ்ந்தது என்று கூறி மேலும் சொல்கிறார்.

''அப்பா காகுத்தா! இந்த உலகத்தில் ஒரு மனிதன் கார்த்திகே யனிடம் பக்தி கொண்டு விட்டால் போதும். தீர்க்காயுள், புத்திர பௌத்திர ஸௌமாக்யம், புண்ணியம் யாவும் கிடைக்கும். முடிவில் ஸ்கந்த லோகத்திற்கே சென்று அவனுடன் நித்யவாசம் செய்யலாம்'' என்கிறார்.

காளிதாசன் பாடிய காவியங்களில் மிகவும் சிறப்புப் பெற்றது குமார ஸம்பவம். இந்தத் தலைப்பு வால்மீகி ராமாயணத்தின் வழிவந்த தாகும்.

பரமன் முருகனுக்குச் சீடனானது பற்றி ஒரு ஸ்லோக வரி அருமை யாக அமைந்திருக்கிறது. எங்கும் வெற்றியையே விரும்ப வேண்டும். ஆனால் பிள்ளையிடம் தோல்வியை விரும்ப வேண்டும் என்கிறது.

'புத்ராத் இச்சாத் பராஜெயம்'

என்பதுதான் அந்தச் சொல். அப்படியானால் தமிழில் இத்தகைய கருத்துச் சொல்லப்படவே இல்லையா? நம் திருக்குறள் சொல்லாத கருத்தென்று ஒன்று இருக்க முடியுமா? தம்மை விட தம் மக்கள்

அறிவிற் சிறந்தவர்களாய் இருப்பதைக் காண்பது மனிதருக்கு மட்டு மல்ல. எல்லா உயிர்களுக்குமே இனியது என்கிறார் திருவள்ளுவர்.

தம்மின் தம்மக்கள் அறிவுடைமை மாநிலத்து
மன்னுயிர்க் கெல்லாம் இனிது

கந்தசஷ்டி விரதம்

முருகனுக்குரிய விரதங்களை நாள் விரதம், வார விரதம், திதி விரதம், நட்சத்திர விரதம் என வகுத்து வைத்திருக்கின்றனர் சான்றோர் பெருமக்கள்.

நாள் விரதம் : செவ்வாய்க்கிழமை விரதம். ஈசனின் நெற்றிக் கண்ணில் தோன்றினார் முருகன் என்றால், ஈசன் தவம் புரியும்போது அவரது நெற்றிக் கண்ணின் அருகே துளிர்த்த வியர்வை கீழே விழ அதில் தோன்றினார் அங்காரகன் எனப்படும் செவ்வாய். அதனால் அவர் முருகனையே தமது அதிதேவதையாக ஏற்றார். அதனால் செவ்வாயன்று விரதம் இருக்கிறார்கள்.

வார விரதம் : ஐப்பசி மாதம் சுக்கிர வாரம் தோறும் அனுட்டிக்கும் விரதம்.

திதி விரதம் : ஒவ்வொரு மாதமும் சஷ்டி தோறும் அனுட்டிக்கும் விரதம்.

நட்சத்திர விரதம் : தன்னை வளர்த்த கார்த்திகை மாதருக்காத் தான் அவதரித்த நட்சத்திரத்தையே விட்டுக் கொடுத்தவர் முருகன். அதனால்தான் இவர்களுக்குரிய கிருத்திகை நட்சத்திரத்தில் முருகனுக்காக விரதமிருந்து வழிபடுகின்றனர்.

சூரியன் ரிஷப ராசியில் வரும் வைகாசி விசாக நட்சத்திர நாள் முருகனுக்கு உகந்த விரத நாளாக அனுட்டிக்கப்படுகிறது.

இவ்விதம் முருகப் பெருமானுக்காக, எத்தனையோ விரதங்கள் இருந்தாலும், ஒரு விரதம் மிகவும் சிறப்பானதாகச் சொல்லப்படுகிறது. ஏனென்றால் அது முதலில் தேவர்களே கடைப்பிடித்த விரதம். அதுதான் கந்தர் சஷ்டி விரதம்.

வெற்பொடும் அவுணன் தன்னை
வீட்டிய தனிவேல் செங்கை
அற்புதன் தன்னைப் போற்றி
அமரரும் முனிவர் யாரும்
சொற்படும் துலையின் திங்கள்
சுக்கில பட்சம் தன்னில்
முற்பகல் ஆதி யாக
மூவிரு வைகல் நோற்றார்

என்று அற்புதமாகப் பாடுகிறார் கச்சியப்ப சிவாச்சாரியார்.

இதில் துலையின் திங்கள் என்பது சூரியன் துலாத்தில் நிற்கும் ஐப்பசி மாதத்தைக் குறிக்கும். சுக்கிலபட்சம் - வளர்பிறை. மூவிருவைகல் என்பது ஆறு நாட்கள். ஆக ஐப்பசி மாதம் வளர்பிறையில் ஆறு நாட்கள் அமரரும் முனிவரும் கடைப்பிடித்த விரதம் கந்தசஷ்டி விரதம்.

சூரபத்மனை வென்ற முருகப் பெருமான் அதற்குப் பிறகு திருச்செந்தூர் வந்தார். வந்தவுடனேயே அங்கே சிவபெருமானுக்கு பூஜை செய்ய வேண்டுமென்று தீர்மானித்தார். அப்படி சிவபெரு மானுக்கு பூஜை செய்வதற்காக, ஆயிரத்தெட்டு மலர்களைக் கொண்டு வந்து சிவலிங்க ஸ்தாபிதம் செய்து ஒவ்வொன்றாகப் போட்டுக் கொண்டே வந்தார். ஆயிரத்தெட்டாவது மலரை எடுத்த போது அங்கு இருந்தவர்களுக்கு மகிழ்ச்சி தாங்கவில்லை. "முருகா! முருகா! முருகா!" என்றார்கள்.

பெருமான் கையிலே ஏந்திய அந்த மலரோடு திரும்பிப் பார்த்தார். அந்தத் திருக்கோலம்தான் திருச்செந்தூரிலே மூலஸ்தானத்திலே இருக்கக் கூடிய வடிவம்.

பெரியவர்களை பூஜை நேரத்தில் வழிபடுவது நமக்கு சிறப்பு. அந்தப் பூஜையின் பலன் நமக்கும் கிடைக்கும். அப்படி அங்கே முருகப் பெருமானே பூஜை செய்யும் கோலத்தில் காட்சி அளிப்பதால் அந்த செந்தூர் முருகனை வழிபட்டால் சகல நன்மையும் சித்திக்கும்.

சட்டியிலிருந்தால் அகப்பையில் வரும் என்று ஒரு பழமொழி. அதைப் பற்றி நம் தாய்மாரர்களிடம் கேட்டால் என்ன சொல் வார்கள்? கணவர் சம்பாதித்துக் கொண்டு வந்தால்தானே வேண்டி

யதைச் சமைக்க முடியும். அப்போது தானே சட்டியில் இருக்கும். அதை அகப்பையில் எடுத்துப் போட முடியும் என்பார்கள். ஆனால் அதன் பொருள் மிகவும் ஆழமானது. சஷ்டியில் விரதம் இருந்தால் அகப்பை எனப்படும் கருப்பையில் மகப்பேறு ஏற்படும் என்பதுதான் அது.

அதன்படி சஷ்டி விரதம் இருந்து பிள்ளைப்பேறு அடைந்தவர்கள் பலருண்டு. சஷ்டி விரதத்தில் ஆறு நாட்களும் விரதம் இருந்து முருகனை வழிபட வேண்டும். சிலர் ஆறு நாட்களும் உபவாசம் இருக்க வேண்டுமென்று அவரவர் சொல்வதைக் கேட்டு உடலை வருத்திக் கொள்கிறார்கள். எந்த நூலிலும் அவ்விதம் சொல்லப்படவில்லை.

சூரசங்காரத்தன்று மட்டுமே முழுமையாக உபவாசமிருந்து முறையாக இரவு தொடங்கியதும் இலை போட்டு முருகனைத் தொழுது பூஜித்து உணவருந்த வேண்டும். அந்த ஆறு நாட்களும் காலை - மாலை இரு வேளையும் முருகன் கோயிலுக்குச் சென்று வரலாம். அப்படி இயலாதவர்கள் வீட்டிலே பூஜையறையில் இரு வேளையும் தாங்களறிந்த முருக தோத்திரங்களைச் சொல்லி வணங்கலாம்.

இவ்விதம் கந்தசஷ்டி விரதத்தைக் கடைப்பிடிப்பவர்கள் அழகு, இளமை, கல்வி, ஞானம், வலிமை அனைத்தையும் பெறுவார்கள். பகைவர் பணிவார்கள். பிணிகள் நீங்கும். சகல நலங்களும் வந்து சேரும். அதனால் கந்தசஷ்டி விரதத்தைக் கடைப்பிடித்து முருகன் அருளைப் பெறுவோமாக!

ௐ

நவராத்திரி விரதம்

உதிக்கின்ற செங்கதிர்
    உச்சித்திலகம் உணர்வுடையோர்
மதிக்கின்ற மாணிக்கம்
    மாதுளம்போது மலர்க்கமலை
துதிக்கின்ற மின்கொடி மென்கடிக்
    குங்குமத் தோயமென்ன
விதிக்கின்ற மேனி
    அபிராமி என்றன் விழுத்துணையே

அன்னை பராசக்தியைப் பற்றி எத்தனையோ காலமாக சொல்லப் பட்டிருக்கிறது. எண்ணற்ற நூல்கள் வெளிவந்திருக்கின்றன.

அன்னைக்குத்தான் எத்தனை பெயர்கள். இருந்தாலும் அதை உச்சரிக்கும் போதெல்லாம் உள்ளம் பரவசமடைகிறது. உலகத்தில் எத்தனையோ அவதாரம் எடுத்து வந்து, எண்ணற்ற திருக்கோவில் களில் எண்ணற்ற பெயர்களோடு விளங்குகிறாள். அப்படி என்ன தான் பெயர்கள் என்று ஒரு ஒரு பட்டியல் பார்க்கலாமா!

சத்ரு சங்கார வேல் பதிகம் என்று ஒரு நூல். அது முருகனின் பெருமைகளைப் பற்றித்தான் பாட வருகிறது. ஆனால் அதற்கு முன்

அன்னை பார்வதி தேவி தந்த பிள்ளை இந்த முருகன் என்று சொல் வதற்காக அந்தப் பெயர்களை அடுக்கிக் கொண்டே வருகிறது. எப்படி?

சித்தி சுந்தரி கௌரி அம்பிகை கிருபாநிதி சிதம்பரி பரசுந்தரி
சிற்பரி சுமங்கலி நிதம்பரி விடம்பரி, கிலாசுத விலாச விமலி
கொத்து திரிசூலி திரிகோணத்தி ஷட்க்கோண குமரி கங்காளி ருத்ரி
குலிச, ஓங்காரி ஆங்காரி ஊங்காரி ரீங்காரி அம்பா!
முத்திகாந்தாமணி முக்குண துரந்தரி மூவர்க்கும் முதல்வி ! ஞான
முதுமறைக் கலைவாணி அற்புதப் புராதனி மூவுலகும் ஆன ஜோதி
சத்தி சங்கரி நீலி கமலி பார்வதி தரும் சரவணனை நம்பினவர் மேல்
தர்க்கமிட நாடினரை குத்தி எதிராடிவிடும் சத்ரு சங்கார வேலே

என்பது அந்தப் பாடல். அபிராமி பட்டர் சொல்லுவார்.

நாயகி நான்முகி நாராயணிகை நளின பஞ்ச
சாயகி சாம்பவி சங்கரி சாமளை சாதி நச்சு
வாயகி மாலினி வாராகி சூலினி மாதங்கியென்றே
ஆயகியாதி யுடையாள் சரணம் அரண் நமக்கே

என்பார். அருணகிரிநாதர் இதுவரை நாம் வழக்கத்தில் கேட்டிராத சில பெயர்களை எல்லாம் கொண்டு ஒரு பகுதியைத் தருகிறார்.

மருவு குருபதி யுவதி
    பவதி பகவதி மதுர
வசன பைரவி கௌரி
    உமையாள் திரிசூலதரி
வனசை மதுபதி அமலை
    விசையை திரிபுரை புனிதை
வனிதை அபிநவை அனகை
    அபிராமி நாயகிதன் மதலை

என்று பாடுகிறார். அவள் சிருஷ்டிக்கின்ற காரணத்தால் "சிருஷ்டி கர்த்தி பிரும்மரூபாயை" என்று பெயர் பெற்றாள். அதேபோல் காக்கின்ற காரணத்தால் "கோப்த்ரி விஷ்ணுரூபாயை" என்று பெயர் பெற்றாள். அதேபோல் அழிக்கின்ற காரணத்தால் "சம்ஹாரினி ருத்ரரூபாயை" என்று பெயர் பெற்றாள். இந்த மூன்றும் முக்குணங் களின் அடையாளம் என்கின்ற காரணத்தால் திரிகுணாயை என்ற

பெயரும் அம்பிகைக்கு அமைந்தது.

திரிகுணம் என்றால் என்ன? சத்துவம் - ராஜஸம் - தாமசம். இந்த மூன்று குணங்கள் என்பது என்ன? ஒருவர் ராஜஸ குணம் உள்ளவ ரென்றால், நான் செய்வதுதான் சரி, என்னை யாரும் கேள்வி கேட்கக் கூடாது என்று நினைப்பார். தாமச குணம் கொண்டவராக இருந்தால், எப்போதும் உறங்கிக் கொண்டேயிருப்பார். சத்துவ குணம் கொண்ட ஒருவர்தான் எல்லோரிடமும் அன்பு காட்டி அமைதியாக வாழ்ந்து கொண்டிருப்பார்.

ஆக இந்த திரிகுணங்களும் எங்கிருந்து வருகின்றன? அன்னை பராசக்தியிடமிருந்தே வருகின்றன.

இப்படி எண்ணற்ற திருப்பெயர்களோடு இருக்கும் அந்த அன்னை யின் ஒவ்வொரு பெயருக்கும் ஒவ்வொரு காரணமுண்டு, விளக்கங்கள் உண்டு. அவளுடைய கண்களைக் கொண்டே சொல்லப்பட்டது காமாட்சி என்ற திருநாமம். அதற்கு என்ன பொருள்? கா என்றால் கலைமகள். மா என்றால் திருமகள். கலை மகளையும், திருமகளையும் கண்களாகப் படைத்தவள். அட்சி என்பது கண்களைக் குறிக்கும். ஆக கலைமகளையும், திருமகளை யும் கண்களாகப் படைத்திருக்கிறாள் என்பதால் அவளுக்கு காமாட்சி என்று பெயர்.

மீன் தனது பார்வையாலேயே தன் குஞ்சுகளைப் பசியாற வைக்கும். அதனால் மீன் - அட்சி - மீனாட்சி - விசாலமான பார்வையால் உலகத்தை வாழ வைப்பவள். அதனால் விசாலாட்சி.

இப்படி கருணையின் வடிவமாகயிருக்கும் இந்த அம்பிகை உக்ர ரூபம் கொள்ளும்போது கொற்றவை தேவி, சண்டி, சாமுண்டி, துர்கை என்றெல்லாம் பெயர் பெறுகிறாள்.

புவனங்களின் வடிவம்

"பூத்தவளே புவனம் பதினான்கையும்
பூத்தவண்ணம் காத்தவளே"

என்று பாடினார் அபிராமிபட்டர். அவள் அனைத்தையும் வழங்கக் கூடியவள். பூத்தவளே புவனம் பதினான்கையும் என்பதற்கு

பெரியவர்கள் அந்த புவனங்களின் வடிவாக அம்பிகை எப்படி இருக்கிறாள் என்பதை வகுத்துத் தந்திருக்கிறார்கள்.

சத்யலோகம் - தலை
தபோலோகம் - நெற்றி
ஜனலோகம் - முகம்
மஹர்லோகம் - தோள்
ஸுவர்லோகம் - இதயம்
புவர்லோகம் - வயிறு
பூலோகம் - நாபி
அதலம் - இடை
விதலம், ஸுதலம், தலாதலம் - இவை மூன்றும் இடைக்குக் கீழே உள்ள அங்கங்களாக உள்ளன.
மஹாதலம் - முழங்கால்
ரஸாதலம் - கணுக்கால்
பாதாளம் - பாதம்

இப்படி அன்னை பராசக்தி புவனங்கள் அனைத்தையும் தனக்குள் கொண்டு விளங்குவதால் புவனேஸ்வரி என்று பெயர் பெற்று விளங்குகிறாள். அவளே படைக்கிறாள். அதை அவளே காக்கிறாள். அவளே அதை சங்காரம் புரிகின்றாள். அதனால்தான் பூத்தவளே, காத்தவளே, கரந்தவளே என்று மூன்றையும் அபிராமி பட்டர் சொன்னார்.

அபிராமி தருபவை

அந்த அன்னை பராசக்தியை வணங்கினால் என்ன கிடைக்கும்.

> தனம் தரும், கல்வி தரும், ஒருநாளும் தளர்வரியா
> மனம்தரும், தெய்வ வடிவம் தரும், நெஞ்சில் வஞ்சமில்லா
> இனம் தரும், நல்லவையெல்லாம் தரும் அன்பர் என்பவர்க்கே
> கனம் தரும் பூங்குழலாள் அபிராமி கடைக்கண்களே

என்று பாடுகிறார்.

அபிராமி பட்டர் ஏன் எடுத்த எடுப்பில் கல்வி தரும் என்று சொல்லாமல் தனம் தரும் என்கிறார். கலியுகத்தில் கல்வியை விட

செல்வம்தான் முக்கியம் என்பது அவருக்குத் தெரியும். பொருளில்லார்க்கு இவ்வுலகம் இல்லை என்று வள்ளுவரே சொல்கிறாரே!

அன்னை பராசக்தி தனம் தருவாள் என்பதற்கு அடையாளமாக, அவள் சுதர்ஸனன் என்ற ஒருவனுக்கு நாடிழந்து தவித்துக் கொண்டிருந்த நேரத்தில் அருள்புரிந்து, மிகப்பெரிய சக்கரவர்த்தி ஆக்கினாள் என்ற வரலாறு இருக்கிறது.

சைத்திர வம்சத்தில் பிறந்த சுரதன் என்ற மன்னன் மேதஸ முனிவரின் ஆசி பெற்று துர்க்கையைப் பூஜித்து, யுத்தத்தில் வெற்றியடைந்து இழந்த சாம்ராஜ்யத்தைப் பெற்றான் என்று தேவி மகாத்மியம் கூறுகிறது.

கல்வியை வழங்குவாள் என்பதற்கு எத்தனையோ கதைகள். மாடு மேய்த்துக் கொண்டிருந்த ஒருவனுக்கு கல்வி ஞானம் தந்து காளிதாசனாக்கினாள்.

காஞ்சிபுரத்திலே மூகனாக இருந்த ஒருவனுக்கு அருள்புரிந்து மூக கவி என்று பெயர் தந்து மூக பஞ்ச சதி என்ற நூலைப் பாட வைத்தாள். அத்தனைக்கும் மேலே திருவானைக்காவிலே, காளமேகமாக ஒருவனை மாற்றினாள்.

அம்பிகை தந்த பாலமுதம் என்ற கடல் நீரை முகந்து சென்றதால் தான் ஞான சம்பந்தம் என்னும் மேகம் தேவாரம் என்னும் மழையைப் பொழிந்தது.

அபிராமி பட்டருக்கு அவள் தந்த வாக்கு வளத்திற்குக் கட்டுப்பட்டு தனது செவியில் அணிந்திருந்த குண்டலத்தால் பூரண சந்திரனையே வானில் வரச் செய்தாள் அம்பிகை.

தெனாலிராமன் என்று ஒருவன் மிகுந்த அப்பாவி, ஒன்பது வயதுப் பிள்ளை காளி கோயிலிலே உறங்கிக் கொண்டிருந்த நேரத்திலே, அவனைப் பார்த்து பரிதாபப்பட்ட ஒரு முனிவர், அவனுக்கு அம்பிகையின் மந்திரத்தை சொல்லிக் கொடுத்தார். அப்படிச் சொன்னபோது அவன் அதை மனதிலே வாங்கிக் கொண்டு, உள்ளே அம்பிகைக்கு முன்னால் போய் உட்கார்ந்தான். சிறு பிள்ளையானதால் மனம் ஒன்றி அந்த மந்திரத்தைச் சொல்லத் தொடங்கி

விட்டான். அவன் ஆயிரத்தெட்டு முறை அதைச் சொல்லி முடித்த போது ஆயிரம் தலைகள் இரண்டு கைகளோடு அவன் முன் தோன்றினாள் மகா காளி. அச்சப்பட வேண்டிய சிறுவனோ அவளைக் கண்டு சிரித்தான். "ஏனடா சிரிக்கிறாய்" என்று கேட்க, "எங்களுக்கு ஒரு தலை இரண்டு கைகள். அதற்கே ஜலதோஷம் பிடித்து விட்டால் இரண்டு கைகள் போதவில்லை. உனக்கு ஜலதோஷம் பிடித்தால் என்ன ஆகும்" என்றான். காளியே சிரித்து, "நீ விகடகவி ஆவாயாக!" என்று வரம் கொடுத்தாள்.

அம்பிகைக்கென சுக்கிர வார விரதம், ஐப்பசி உத்திர விரதம் என்றெல்லாம் இருந்தாலும் இந்த அன்னைக்கு மிகவும் உகந்த விரதம் நவராத்திரி விரதம். அந்த நவராத்திரி விரதத்தைக் கடைப்பிடித்து எத்தனையோ பேர் எண்ணற்ற நலங்களைப் பெற்றிருக்கிறார்கள்.

சாவித்திரி என்பவள் எமனையே எதிர்த்து வாதாடும் சக்தியை எப்படிப் பெற்றாள்? நவராத்திரி விரதம் இருந்துதான் பெற்றாள்.

இந்திரஜித்தின் மனைவி சுலோச்சனா நவராத்திரி விரதம் இருந்து தான் தன் கணவனை நீண்ட காலம் காப்பாற்றிக் கொண்டாள் என்று ராமாயணம் கூறுகிறது.

ஏன் அன்னை பராசக்தி அர்த்தநாரியாக இணைந்ததுகூட, நவராத்திரி விரதம் இருந்ததால்தான் என்று வரலாறுகள் கூறு கின்றன.

நவராத்திரி நாயகியர்

இந்த நவராத்திரியிலே அன்னை பராசக்தி, சரஸ்வதி, லட்சுமி, மகாகாளி என்று மூன்று ரூபங்களில் இருக்கிறாள் என்பது வரலாறு.

ஒவ்வொரு ஆண்டும் புரட்டாசி மாத அமாவாசைக்குப் பின்னால் வரும் நவராத்திரிகளில் பிரதமை துவிதியை, திருதியை ஆகிய முதல் மூன்று திதிகளும் ஸ்ரீதுர்கா தேவிக்கு உரியவை. சதுர்த்தி, பஞ்சமி, சஷ்டி ஆகிய இடைப்பட்ட மூன்று திதிகளும் ஸ்ரீலட்சுமி தேவிக்கு உகந்தவை. சப்தமி, அஷ்டமி, நவமி ஆகிய நிறைவாக உள்ள மூன்று திதிகளும் ஸ்ரீசரஸ்வதி தேவிக்கு உகந்தவை.

வெற்றியை வழங்க துர்காதேவி
செல்வத்தை வழங்க இலட்சுமி
கல்வியை வழங்க சரஸ்வதி

என முப்பெரும் தேவியரையும் நவராத்திரியில் வழிபடுகிறோம்.

நவராத்திரி நாட்களில் கொலுப்படி அமைத்து தெய்வ வடிவங்களான பொம்மைகளை அவற்றில் வைத்து வழிபாடு செய்வது நெடுங்காலமாக உள்ள பழக்கம். அந்த நாட்களில் தேவி பாகவத உபன்யாசம் செய்விக்கலாம். லலிதா சகஸ்ரநாமம் சொல்லலாம். அபிராமி அந்தாதி பாடலாம். கொலுவைக் காணவரும் கன்னிப் பெண்களுக்கும், சுமங்கலிகளுக்கும் தாம்பூலம், பழங்கள், வஸ்திரங்கள் முதலானவற்றைத் தரலாம். பலவிதமான பதார்த்தங்கள், பட்சணங்கள் அம்பாளுக்கு நிவேதனம் செய்து பக்தர்களுக்கு விநியோகிக்கலாம்.

இவ்விதம் செய்ய வாய்ப்பில்லாதவர்கள் கொலு வைக்கப்பட்ட இல்லத்திற்குச் சென்று வந்தாலே அந்தப் புண்ணியத்தைப் பெறுவார்கள். அம்பிகையின் ஆலயத்திற்குச் சென்று ஒவ்வொரு நாளும் செய்யப்படும் விஷேச அலங்காரங்களை தரிசித்தாலும் அம்பிகையின் பூரண அருளைப் பெறுவார்கள்.

இதில் துர்காதேவியின் பெருமையை நாம் தொடர்ந்து பார்த்துக் கொண்டிருக்கிறோம். துர்கம் என்றால் கோட்டை. கோட்டையைப் போல் நம்மைச் சுற்றிப் பாதுகாப்பவள் என்பதால் அன்னைக்கு துர்கை என்று பெயர். துர்கமன் என்ற அசுரனை வென்றதால் துர்கை என்று பெயர் பெற்றாள் என்றும் சொல்வதுண்டு. காளியாக வரும் துர்கையைப் பற்றி,

காலமாம் வணத்திலண்ட கோலமா மரத்தின்மீது
காளிசக்தி என்ற பெயர் கொண்டு – ரீங்
காரமிட் டுலவுமொரு வண்டு – அனல்
காலும்விழி நாலுவண்ண மூல அத்துவாக்களெனும்
கால்களாறுடையதெனக் கொண்டு – மறை
காணும் முனிவோருரைத்தார் பண்டு

என்று பாரதியார் பாடுகிறார்.

துர்காதேவிக்கு பூஜை செய்ய சிவப்பு நிற மலர்களும், மஞ்சள், நீலநிறமுள்ள மலர்களும் ஏற்றவை. அருகம்புல்லை மட்டும் சேர்க்கவே கூடாது. புளியோதரை, எலுமிச்சம்பழ சாதம், தயிர் சாதம் இவற்றில் ஏதேனும் ஒன்றை நிவேதனம் செய்யலாம்.

பாற்கடலில் தோன்றிய மகாலட்சுமி பிருகு முனிவருக்கு மகளாகத் தோன்றியதால் பார்கவி என்று பெயர் பெற்றாள்.

"பார்கவி லோகஜனனி க்ஷீரஸாகர கன்யகா"

என்கிறது சமஸ்கிருத அகராதியான அமரகோசம்.

அழகில் சிறந்தவள் என்பதால் ரமா. அமிர்தத்துடன் தோன்றியதால் அமிர்த சகோதரி.

திருமாலின் பூரனாவதாரமான இராமாவதாரத்தில் சீதையாகவும், கிருஷ்ணாவதாரத்தில் ருக்மணியாகவும் அவரோடு இணைந்து வந்தவள்.

காலையில் வாயிலைப் பெருக்கி, சாணம் தெளித்து, கோலமிட்டவர் இல்லத்தில் லட்சுமி வந்து வாசம் செய்வாள். படுக்கையை சுருட்டி வைக்காமல் அடுப்பைப் பற்ற வைத்தவர், வாசலில் அமர்ந்து எண்ணெய் தேய்த்துக் கொள்பவர் இல்லங்களுக்கு ஒரு போதும் வர மாட்டாள்.

ஆக்கமளிக்கும் ஆதிலட்சுமி, அமுதமளிக்கும் அன்னலட்சுமி, செல்வ மளிக்கும் தனலட்சுமி, அரசபோகம் அளிக்கும் கஜலட்சுமி, வீர மளிக்கும் வீரலட்சுமி, வெற்றியளிக்கும் விஜயலட்சுமி, புத்திர பாக்கியம் அளிக்கும் சந்தானலட்சுமி, சகல நலங்களும் அளிக்கும் மகாலட்சுமி என அஷ்ட லட்சுமியாக விளங்கும் அன்னை அஷ்ட ஐஸ்வரியங்களையும் அள்ளி வழங்குகிறாள்.

பிருகு வம்சத்தில் வந்த பீடுடை வதனம் போற்றி
தண்ணளி வேங்கடத்தான் தழுவிடும் கிளியே போற்றி
தத்துநீர் குளத்தில் ஆடும் தருணியே லக்ஷ்மி போற்றி
பக்தருக் கருள்வாய் போற்றி பணிந்தனம் போற்றி போற்றி!

என்கிறார் கவிஞர் கண்ணதாசன்.

மகாலட்சுமிக்கு பூஜை செய்ய செவ்வரளி, ரோஜா, செம்பருத்தி, செண்பகப்பூ, கதம்பம் ஆகிய மலர்கள் உகந்தவை. தும்பைப்பூ மட்டும் லட்சுமிக்கு ஆகாது. சர்க்கரைப் பொங்கல், கற்கண்டு சாதம், பாயாசம், பஞ்சாமிர்தம் ஆகியவற்றில் ஏதேனும் ஒன்றை நிவேதனமாகப் படைக்கலாம்.

சரஸ்வதியை நவராத்திரியின் கடைசி மூன்று நாட்களில் வழிபடுவது வழக்கம். அதன் நிறைவு நாள் சரஸ்வதி பூஜை, ஆயுத பூஜை என்றெல்லாம் சொல்லப்படுகிறது.

சரஸ்வதி தேவிக்கு கலைமகள், கலைவாணி, பாரதி, வித்யாதேவி, வாக்தேவி, சொல்மங்கை, சாரதா, நாவுக்கரசி, கலையணங்கு, இசை மடந்தை, வெண்கமல நாயகி எனப் பலப் பெயர்கள் உண்டு. வடக்கே பிராமி, சியாமளா, மதாலஸா, ராஜமாதங்கி என்றெல்லாம் அழைக்கப்படுகிறாள்.

அட்ச மணிமாலை, புத்தகம், வெண்டாமரை, வியாக்யா முத்திரை கொண்டு விளங்கும் சரஸ்வதி வெண்ணிறப்பட்டு அணிந்திருக்கிறாள். முன் இரு கரங்களில் வீணை தாங்கிய வடிவம் பிரசித்தம். அன்னப்பறவை வாகனம்.

இவள் பிரம்ம வித்தையை முகமாகவும், நான்கு வேதங்களைக் கரமாகவும், எண் எழுத்தைக் கண்களாகவும், இசை, இலக்கணம் தனங்களாகவும், இதிகாச புராணங்களைத் திருவடிகளாகவும், ஓங்காரத்தை யாழாகவும் கொண்டிருக்கிறாள்.

காஷ்மீரத்தில் சிந்தாதேவி, பூரியில் சியாமளா, சிருங்கேரியில் சாரதா தேவி.

    நாடும் பொருட்சுவை சொற்சுவை
       தோய்தர நாற்கவியும்
    பாடும் பணியில் பணித்தருள்வாய்
       பங்கயாசனத்தில்
    கூடும் பசும்பொற் கொடியே
       கனதனக் குன்றும் ஐம்பால்
    காடும் சுமக்கும் கரும்பே
       சகல கலா வல்லியே!

சரஸ்வதி தேவியை பூஜிப்பதற்கு வெள்ளரளி, முல்லை, மல்லிகை, நந்தியாவட்டை, சம்பங்கி, தும்பைப்பூ ஆகிய மலர்கள் உகந்தவை. சிவப்பு நிறப்பூக்கள் பயன்படுத்தக் கூடாது. வெண் பொங்கல், தேங்காய் சாதம், பால் சாதம் இவற்றில் ஒன்றை நிவேதனமாக வழங்கலாம்.

அசுரவதம் புரிந்த அம்பிகை

அந்த அம்பிகை இந்தப் பூவுலகத்திலே மூன்று மிகப்பெரிய வதங்கள் புரிந்தாள். இதில் மதுகைடபரை வதம் புரிந்தது முதல் வரலாறு. அந்த மதுகைடபர்கள் என்பவர்கள் திருமால் ஆழ்ந்த நித்திரையில் மூழ்கி யிருந்தபோது, அவரது காதுக் குறும்பியிலிருந்து உருவானவர்கள் என்று சொல்லப்படுகிறார்கள். இருவரும் வந்து பார்த்தபோது பிரம்மதேவன் கண்ணுக்குத் தெரிந்தார். நேராக பிரம்மாவிடம் வந்தார்கள். "பிரம்மதேவா! எங்களோடு சண்டை செய்வதற்கு வா" என்றார்கள். பிரம்மதேவர் திகைத்து, "என்ன? நீங்கள் யார்? எதற்காக நான் உங்களிடம் சண்டை போட வேண்டும்" என்று கேட்டார். அதற்கு அவர்கள் "நாங்கள் அதோ அங்கே எப்போதும் தூங்கிக் கொண்டிருக்கிறாரே, அவரிடமிருந்து தோன்றி வந்திருக் கிறோம். எங்களோடு சண்டை போடுவதற்கு யாராவது தேவை. இப்போது நீ மட்டும்தான் இருக்கிறாய் வா" என்றார்கள். பிரம்மா பயந்து ஆஹா.. இது ஆபத்தாயிற்றே என்று ஓடினார். திருமாலை எழுப்பினார். ஆனால் திருமாலால் எழுந்திருக்க முடியவில்லை. அப்போது யோசித்தார். அன்னை பராசக்தி மாயையில் மூழ்கடித் திருக்கிறாள் இந்த மாயவனை. ஆகவே அவள் நினைத்தால்தான் நடக்கும் என்று அன்னையைத் துதித்துப் போற்றினார்.

அம்பிகை திருமாலை மூழ்கடித்திருந்த அந்த மாயை முழுவதையும் கிரகித்துக் கொண்டாள். மறுகணமே திருமால் எழுந்தார். மதுகைடபரை வதம் புரிந்தார். ஆக அந்த வதத்திற்குக் காரணமாக இருந்தவள் அம்பிகை என்பதால், அவள் மகாமாயை என்று போற்றப்பட்டாள். இதுவே நவராத்திரியில் முதல் மூன்று நாட் களுக்குரிய வரலாறு.

மகிஷாசுர வதம் அனைவருக்கும் தெரிந்த வரலாறு. மகிஷாசுரன் மிகக் கொடியவன், மகிஷத்துனுடைய தலையை - எருமைத்

தலையைக் கொண்டிருக்கிறான். அசுரனாக இருந்த அவன் உலகத்தையெல்லாம் ஆட்டிப் படைத்தான். அவனை யாராலும் வெல்ல முடியவில்லை.

அப்போது தேவர்கள் அத்தனை பேரும் பிரம்மா, விஷ்ணு, சிவம் என்ற மூவரிடமும் சென்று எங்களைக் காப்பாற்றுங்கள் என்று வேண்டினார்கள். உடனே மும்மூர்த்திகளும் சிந்தித்து, தங்களுடைய சக்திகளை கொடுத்தார்கள். அந்த மூன்று தேஜஸும் ஒன்றாக இணைந்து அதிலே ஒரு பெண் உருவானாள். அவள்தான் அந்த அம்பிகை மகிஷாசுரமர்த்தினி. அவளைக் கண்ட தேவர்கள் யாவரும் தங்கள் ஆயுதங்களைத் தேவிக்குத் தந்தனர்.

பரமனின் திரிசூலம் திருமாலின் சக்கரம், பிரம்மாவின் அட்ச மாலை, இந்திரனின் வஜ்ராயுதம், வாயுவின் வில்லம்புகள், வருணனின் சங்கம், அக்னியின் சக்தி ஆயுதம், யமனின் கால தண்டம், குபேரனின் மதுபாத்திரம், மற்றுமுள்ள தேவர்கள் தந்த பரசு, கதை, குலிசம், தாமரைப்பூ, தண்டம், வாள், மணி, பாசம், அங்குசம் ஆகிய அனைத்தையும் பதினெட்டு கரங்களில் ஏந்தி பதினெட்டு ஆயுதங்களைக் கொண்ட அஷ்டாதச புஜ தேவியாகக் காட்சி தந்தாள் அம்பிகை. அவள் ஆவேசத்தோடு மகிஷாசுரனை தேடிக் கொண்டு புறப்பட்டாள்.

மகிஷாசுரனின் சேனைகள் பாய்ந்து வர, அம்பிகை தனது ஹுங்காரத்தாலேயே பெரும் சேனையை உருவாக்கி, தானே அதற்குத் தலைமை தாங்கி மகிஷனின் சேனைகள் அனைத்தையும் அழித்தாள்.

அதைக் கண்டு ஆவேசம் கொண்ட மகிஷாசுரன் ஆங்காரத்தோடு பாய்ந்து வந்தான். மகாவீரியம் பொருந்திய அந்த மகிஷத்தின் கொம் பால் இடிபட்ட மேகங்கள் சிதறின. மூச்சுக் காற்றால் மலைகள் பறந்தன. அந்த எருமையின் கால்களால் மிதிபட்டு பூமி பிளந்தது. அதைக் கண்ட தேவி எண்ணற்ற பாணங்களைத் தொடுத்து அவனை நிலை குலையச் செய்தாள். அவன் தன் கொம்புகளால் தூக்கி எறிந்த மலைகளை தனது ஆயுதங்களால் பொடிப் பொடியாக்கினாள். இறுதியில் அந்த அசுரன் மேல் பாய்ந்து, மண்ணில் வீழ்த்தி சூலாயுதத்தால் குத்திக் கொன்றாள்.

இவ்விதமாக மகிஷனை வதம் புரிந்த தேவியை மகிஷாசுர மர்த்தினி என்று தேவர்கள் எல்லாம் துதித்துப் போற்றினார்கள். இதுவே நவராத்திரியின் இடையில் உள்ள மூன்று நாட்களுக்குரிய வரலாறு.

இவற்றுக்கும் மேலே கடைசி மூன்று நாட்களுக்குரிய வரலாறு ஒன்று உண்டு. மிகவும் பிரசித்தி பெற்ற வரலாறு. இதில் அம்பிகை சும்பநிசும்பர் என்று சொல்லக்கூடிய இருவரை வதம் புரிந்தாள்.

இந்த சும்பநிசும்பர்கள் உலகத்தில் எதெல்லாம் மிக உயர்ந்ததோ, அதையெல்லாம் வென்று தங்களுடையதாக்கிக் கொண்டார்கள்.

என்ன வரம் பெற்றார்கள்? பெண்ணிடமிருந்தே தோன்றிய பெண்ணால் எங்களுக்கு மரணம் என்று வரம் பெற்றிருக்கிறார்கள். அதனால் யாரும் எதுவும் செய்ய முடியவில்லை. ஒரு நாள் தேவர்கள் அத்தனை பேரும் அன்னை பராசக்தியின் காலில் விழுந்து, "தாயே தாங்கள்தான் எங்களைக் காப்பாற்ற வேண்டும். பெண்ணிடமிருந்து தோன்றிய பெண்ணால்தான் எங்களுக்கு மரணம் என்று வரம் பெற்றிருக்கும் அசுரரை வதம் புரிய தாங்கள்தான் வழிவகுக்க வேண்டும்" என்றார்கள். அவ்வாறே ஆகட்டும் என்றாள்.

அடுத்த கணம், அவளுக்குள்ளேயிருந்து ஒரு அழகான பெண் உருவாகி வந்தாள். கோசம் என்றால் உடம்பு என்று பொருள். அம்பிகையின் கோசத்துக்குள்ளேயிருந்து உருவாகி வந்ததால், அவளுக்கு கௌசகி என்று பெயர் ஏற்பட்டது.

அந்த கௌசகி தேவி புறப்பட்டு வந்தாள். சும்பநிசும்பர் ஆட்சி புரியக் கூடிய பகுதிக்குள் வந்து நந்தவனத்தில் தன்னுடைய தோழிகளோடு பூப்பந்து விளையாடினாள். இதைப் பார்த்த ஒருவன் ஓடிப்போய் சும்பநிசும்பவிடம் "உலகத்திலேயே மிக அழகான பெண் அவள் தான். எல்லா அழகான பொருளும் தங்களிடமிருக்கின்றன. அவளும் உங்களுக்குரியவளாக வேண்டும்" என்று சொன்னான். சும்பன் உடனே சுக்ரீவன் என்று சொல்லக்கூடிய ஒருவனை தனது தூதனாக அனுப்பி வைத்தான்.

அந்த சுக்ரீவன் என்பவன் வந்து, "பெண்ணே! நீ மகா பாக்யசாலி. அதனால்தான் சும்பநிசும்பர்களே உன்னை விரும்புகிறார்கள்.

ஆகவே என்னோடு புறப்பட்டு வா. அவர்கள் இருவரில் யாரை உனக்குப் பிடிக்கிறதோ, அவர்களை மணந்து கொள்" என்று அழைத்தான்.

அப்போது அவள் சொன்னாள். "சுக்ரீவா! நீ இப்படி வந்து அழைப்பது எனக்கு மகிழ்ச்சியாகயிருக்கிறது. ஆனால் எனக்கு ஒரு பெரிய சங்கடம் ஏற்பட்டிருக்கிறது" என்றாள். "என்ன சங்கடம்? யாரால் சங்கடம்? விஷயத்தைச் சொல், உடனே அவர்களை யெல்லாம் வதம் புரிந்து விட்டு, உன்னை அழைத்துச் செல்கிறேன்" என்றான் சுக்ரீவன்.

"இல்லை... இல்லை... வேறு யாராலுமில்லை. என்னாலேயே எனக்கு ஒரு சங்கடம்" என்றாள் அவள். "அப்படி என்னதான் சங்கடம்? முதலில் அதைச் சொல்" என்றான் அவன். "வேறொன்று மில்லை, நானும் என் தோழிகளும் சேர்ந்து கொண்டு பூப்பந்து விளையாடினோம். அப்போது நான் சற்று வேகமாக அடித்த காரணத்தால் என் தோழி ஒருத்தி கீழே விழுந்து விட்டாள். அவள் சொன்னாள், அம்மம்மா! இவ்வளவு பலம் படைத்த உன்னை யார்தான் வந்து கட்டிக் கொள்ளப் போகிறார்களோ என்றாள். உடனே நான் சொன்னேன், யார் என்னிடம் சண்டை போட்டு என்னை வெல்கிறானோ, அவனைத்தான் நான் திருமணம் செய்து கொள்வேன் என்று சொல்லி சபதமே செய்து விட்டேன். ஆகவே சும்பநிசும்பர்கள் மிகப்பெரிய வீரர்கள். ஆனதால் அவர்களில் யாராவது ஒருவர் வந்து என்னை ஜெயித்து இங்கிருந்து என்னை அழைத்துப் போகலாம். போய்ச் சொல்" என்றாள் கௌசகி.

சுக்ரீவனுக்குக் கோபம் தாங்கவில்லை. ஆனாலும் தூதுவனாக வந்தவன் என்ற காரணத்தால் திரும்பிச் சென்று அந்தச் செய்தியை அவர்களிடம் சொன்னான். அவர்கள் மிகுந்த கோபம் கொண் டார்கள். உடனே சண்டன் முண்டன் என்று பெயர் பெற்ற இரு சேனாதிபதிகளை அழைத்து, "நீங்கள் சென்று அழைத்து வாருங்கள். வர மறுத்தால் வதம் புரிந்து விட்டு வாருங்கள்" என்றார்கள்.

சண்டனும் முண்டனும் வந்தார்கள். விவகாரம் பிடித்தவர்கள். அமைதியாகக் கூட பேசவில்லை. "ஏ.. பெண்ணே! புறப்பட்டு வரப் போகிறாயா? இல்லை எங்களோடு சண்டை போடப் போகி

றாயா?'' என்றார்கள். அம்பிகை ''ம்... சண்டை நடக்கட்டும்'' என்றாள்.

இருவரும் பாய்ந்து வந்தார்கள். அம்பிகை நெற்றியைச் சுழித்தாள். அந்தப் புருவ நெரிப்பிலிருந்து காளி தோன்றி கீழே குதித்தாள். அந்த மகாகாளி மிகப்பெரிய வெட்டரிவாள் என்று சொல்லக்கூடிய ஒன்றை எடுத்து வந்து அந்த சண்டனையும், முண்டனையும் ஒரே வெட்டில் வெட்டி இருவருடைய தலை களையும் கொண்டு வந்தாள்.

அப்பொழுது அன்னை சொன்னாள், ''பெண்ணே! சண்டன் என்பவனை நீ வென்ற காரணத்தால், இன்று முதல் உன் பெயர் சண்டி என்று வழங்கட்டும், முண்டன் என்பவனை முண்டமாக்கி வென்ற காரணத்தால் இன்று முதல் உன் பெயர் சாமுண்டி என்றும் வழங்கட்டும். சண்டி, சாமுண்டி என்ற பெயர்கள் இந்த உலகததில் பிரசித்தி பெற்று விளங்கட்டும்'' என்று சொன்னாள்.

அதன் பிறகு செய்தியறிந்த அவர்கள் மிகக் கொடிய ஒருவனை அனுப்பினார்கள். அவன் பெயர் ரத்தபீஜன். அவனை அடித்தால் அவனுடைய உடம்பிலிருந்து எத்தனை துளி ரத்தம் விழுகிறதோ, அத்தனையும் மீண்டும் அவனைப் போலவே மாறிவிடும். 100 பிந்து விழுந்தால் 100 பீஜமாகும், நூறு பேர் உருவாவார்கள். ஆயிரம் விழுந்தால் ஆயிரம் பேர் உருவாவார்கள். ஆகவே அப்படிப் பட்டவனை அனுப்பினார்கள்.

அவனோடு சண்டை நடக்க நடக்க 100, 1000, 10000, 100000 என்று அந்தக் களம் முழுவதும் அவன் நிரம்பி நின்றான். அதை வான லோகத்திலே நின்ற தேவர்கள் பார்த்தார்கள். அவர்களுக்கெல்லாம் வருத்தம். 'ஆஹா! பெண்ணிடமிருந்து தோன்றிய பெண்ணால் மரணம் என்பதால் தானே, அன்னை பராசக்தி தன்னந்தனியாக சென்றிருக்கிறாள். அவளுக்கு காளி ஒருத்தி தானே துணையாக யிருக்கிறாள். இதில் எப்படி வெற்றி கிடைக்கப் போகிறது என்று புரியவில்லையே, எதிரில் கோடிக்கணக்கான படைகள் திரண்டு நிற்கிறதே, அம்பிகை என்ன செய்வாள்?' என்று அவர்கள் யோசித் தார்கள். அன்னை பராசக்தி அவர்கள் எண்ணத்தைப் புரிந்து கொண்டு மேலே பார்த்தாள். பார்த்தவுடனேயே பிரம்மனுடைய

அம்சமாக பிரம்மாணி என்பவள், கையிலே அட்சமாலையும் காகமும் கொண்டு பூமிக்கு அன்ன வாகனத்திலே வந்தாள். அவள் பெயர் பிரம்மாணி. அதைத்தான் அபிராமி பட்டர் நான்முகி என்று குறிப்பிட்டார்.

அதற்கடுத்து விஷ்ணுவின் மேல் அவள் பார்வை பதிந்தது. விஷ்ணு வினுடைய ரூபம் பெண்ணாக மாறி, விஷ்ணு பெண்ணாக ஆனால் எப்படியிருக்குமோ அப்படி ஒருத்தி சங்கு சக்கரங்களோடு கருட வாகனத்திலே வந்தாள். அவள் பெயர் வைஷ்ணவி.

மகேஸ்வரனைப் பார்த்தபோது, அங்கே மகேஸ்வரனுடைய அம்சமாக ஒருத்தி இறங்கி வந்தாள். சூலாயுதத்தோடு காளை வாகனத்திலே வந்த அவள் பெயர் மஹேஸ்வரி.

முருகப் பெருமானை குகனைப் பார்த்தபோது, அவருடைய அம்சமாக ஒருத்தி கீழே இறங்கி வந்தாள். வேலாயுதத்தோடு மயில் வாகனத்தில் வந்த அவள் கௌமாரி என்று பெயர் பெற்றாள்.

அடுத்து பக்கத்திலே இந்திரன் நின்றான். அந்த இந்திரனுடைய அம்சம் ஐந்திரி என்ற பெயரோடு வஜ்ராயுதம் ஏந்தி ஐராவதம் என்ற யானையிலே வந்தாள்.

இப்படி ஐவரும் வந்த பிறகு திருமால் இப்படி இவர்களால் மட்டும் வெற்றி காண முடியாது. என்னுடைய உக்ர சொரூபங்கள் இருந்தால்தான் இங்கே வெற்றி கிடைக்கும் என்று நினைத்தார். உடனே அவர் வராஹ அவதாரமும், நரசிங்க அவதாரமும் எடுத்து நின்றார். அந்த வராக ரூபத்திலிருந்து அதே வராக முகத்தோடு ஒருத்தி தோன்றினாள். அவள்தான் வாராஹி.

நரசிம்மருடைய வடிவத்திலிருந்து நரசிம்ம வடிவத்திலேயே ஒரு பெண் தோன்றினாள். அவளுக்கு நரசிம்மி என்று பெயர்.

இருவரும் கீழே வந்தார்கள். ஏற்கனவே ஐவர், இவர்கள் இருவர் சேர்ந்து ஏழு பேர் ஆனார்கள். அவர்களுக்கு சப்த மாதாக்கள் என்று பெயர். அந்த சப்த மாதாக்களை இப்போதும் கோயிலுக்குப் போகக் கூடியவர்கள் அங்கங்கே பார்க்கலாம். சப்த மாதாக்களுடைய திருவுருவங்கள் அவரவர்க்குரிய தோற்றங்களோடு வைக்கப் பட்டிருக்கும்.

சப்த மாதாக்களும் களத்தில் புகுந்தார்கள். அந்தக் களம் மிகப் பெரிய போர்க்களமாக மாறியது. எங்கும் ரத்த வெள்ளம் ஓடியது. கடைசியாக இவனை இப்படியே வைத்துக் கொண்டிருந்தால் முடியாது என்று, அன்னை பராசக்தி முன்வந்து, ஏ காளி! இவன் தலையை நான் வெட்டுகிறேன். அந்த ரத்தத்தை நீ குடித்து விடு என்று சொல்லி அவனை வானத்திலே தூக்கிப் பிடித்து தலையை வெட்ட, அந்த ரத்தம் கீழே சிந்த, காளி அவ்வளவையும் கபாலத் திலே ஏந்தி குடித்து விட்டாள். ஒரு துளி பிந்து கூட கீழே விழ வில்லை. அத்தோடு ரத்தபீஜன் என்பவன் இல்லாமலே போய் விட்டான்.

இதை அறிந்த பிறகு சும்பநிசும்பர்களால் அங்கு இருக்க முடிய வில்லை. இருவரும் புறப்பட்டு வந்தார்கள். மிகப்பெரிய யுத்தம் நடந்தது. சும்பனையும் நிசும்பனையும் அன்னை பராசக்தி கொன்றாள். அங்கே ஏற்கனவே இருந்த ஏழு பேர். கௌசகி தேவி, மகாகாளி, ஆக ஒன்பது பேர் நின்று நவசக்திகளாக காட்சி தந்தார்கள். அந்த நவசக்திகளைத்தான் நாம் நவராத்திரியில் வணங்கிக் கொண்டிருக்கிறோம். ஒன்பது நாட்களும் வெவ்வேறு வடிவங்களில் வைத்து வழிபடுவது மிகவும் சிறப்புக்குரியது என்று சொல்லப்படுகிறது. அந்த வகையிலே,

முதல் நாள் : குமரி என்ற வடிவத்திலே அம்பிகையை நாம் வணங்கு கிறோம். அது மதுகைடபரை வதம் செய்த தோற்றம். அந்த வடிவத்தை வணங்குவதால் நமக்குக் கிடைக்கக்கூடியது கல்வி.

2ஆம் நாள் : திரிமூர்த்தினி என்ற வடிவத்தில் அம்பிகையை வணங்கு கிறோம். அது மகிஷாசுரனுடைய சேனைகளை வதம் புரிந்து விட்டு, அம்பிகை வந்து அமர்ந்த கோலம். அந்த வடிவத்தை வணங்குவதால் மகப்பேறு வாய்க்கிறது.

3ஆம் நாள் : கல்யாணி என்ற திருக்கோலத்திலே அம்பிகை காட்சி தருகிறாள். அவள் மகிஷாசுரனை வதம் புரிந்த பிறகு அன்பர்களுக்கு அருள் புரிந்த தோற்றம். அவளை வணங்குவதால் நட்பு கிடைக் கிறது.

4ஆம் நாள் : ரோகிணி என்ற வடிவத்தில் அம்பிகையை வணங்கு கிறோம். அது தேவர்களுக்கு அருள்புரிந்த தோற்றம். அதன் மூலம் பாவநீக்கம் ஏற்படுகிறது.

5ஆம் நாள் : ஜெய துர்கையாக அவளை வணங்குகிறோம். அது சும்ப நிசும்பனுடைய தூது கேட்டுக் கொண்டிருக்கக் கூடிய தோற்றம். இதன் மூலம் துன்ப நீக்கம் ஏற்படுகிறது.

6ஆம் நாள் : சண்டிகாவாக அவளை வணங்குகிறோம். அது தூம்ரலோசனனை வதம் புரிந்த வடிவம். அதன் மூலம் செல்வம் கிடைக்கிறது.

7ஆம் நாள் : சாம்பவி என்ற தோற்றம் அமைகிறது. அது சண்ட முண்டரை வதம் புரிந்த தோற்றம். அதை வணங்குவதால் வாழ்வில் வெற்றி கிடைக்கிறது.

8ஆம் நாள் : துர்கா தேவியாக அவளை வணங்குகிறோம். அவள் தான் ரத்த பீஜனை வதம் புரிந்தவள். அவளை வணங்குவதன் மூலம் இடையூறு நீக்கம் ஏற்படுகிறது.

9ஆம் நாள் : சுபத்ராவாக அவளை வணங்குகிறோம். அதுதான் சும்ப நிசும்பரை வதம் புரிந்த திருக்கோலம். அதை வணங்குவதன் மூலம் நமது விருப்பங்கள் யாவும் நிறைவேறுகின்றன.

இப்படி 9 நாட்கள் அம்பிகையை வழிபடுகிறோம். சிவனுக்கு ஒரு ராத்திரி, சிவராத்திரி. அம்பிகைக்கு 9 ராத்திரி, நவராத்திரி என்று கொண்டாடுகிறோம்.

ஆகவே இப்படி 9 நாட்களும் அந்த நவராத்திரி நாளிலே அம்பிகையை வணங்கக் கூடியவர்கள் சகல நலங்களும் பெறுவார் கள் என்று நம் சான்றோர் பெருமக்கள் வரையறுத்திருக்கிறார்கள். ஆகவே புரட்டாசி மாதத்தில் வரக்கூடிய, வளர்பிறை நாளிலே வரக்கூடிய, அந்த நவராத்திரி விரதத்தை அனைவரும் கடைப் பிடித்து நலமடைவோமாக!

ॐ

சிவராத்திரி விரதம்

உலகெ லாமுணர்ந்து ஓதற்கு அரியவன்
நிலவு லாவிய நீர்மலி வேணியன்
அலகில் சோதியன் அம்பலத்து ஆடுவான்
மலர்சி லம்படி வாழ்த்தி வணங்குவாம்

இந்து சமயத்தின் முழு முதற்கடவுளாக விளங்குபவர் சிவபெருமான். செம்மை என்ற சொல்லிலிருந்து தோன்றியது சிவம் என்பதால், அவர் சிவந்த மேனியைக் கொண்டவர் என்பதை இது குறிப்பிடு கிறது. சிவம் என்ற சொல்லுக்கு மேலும் மங்கலம், நன்மை, முக்தி, கடவுளின் அருவநிலை என பல பொருள்கள் உள்ளன.

தமிழில் சிவபெருமானைப் பற்றிய நூல்களே அதிகமாக உள்ளன. தோத்திர நூல்களாக பன்னிரு திருமுறைகளும், சாத்திர நூல்களாக பதினான்கு மெய்கண்ட சாத்திரங்களும் அமைந்துள்ளன. இவை யன்றி பல்வேறு புலவர்கள் அந்தந்த கால கட்டங்களில் பாடிய சிற்றிலக்கியங்கள் நிறைந்துள்ளன.

அவற்றுக்கெல்லாம் மேலாக பரமனின் முக்கண்கள் எனும்படி முப்பெரும் காவியங்கள் அமைந்துள்ளன. பரமனின் வலது கண்

சூரியன் என்பதற்கேற்ப அமைந்த தெய்வப் புலவர் சேக்கிழாரின் பெரியபுராணம், அக்கினியான நெற்றிக்கண் என்பதற்கேற்ப அமைந்த கச்சியப்ப சிவாச்சாரியாரின் கந்தபுராணம், இடது கண் சந்திரன் என்பதற்கேற்ப அமைந்த பரஞ்சோதி அடிகளின் திருவிளையாடற்புராணம் ஆகியவை முச்சுடர்களாக ஒளி வீசுகின்றன.

'பிறவா யாக்கைப் பெரியோன்' என்கிறது சிலப்பதிகாரம்

'நுதல்விழி நாட்டத்து இறையோன்' என்கிறது மணிமேகலை

'நன்றாய்ந்த நீள்நிமிர் சடைமுது முதல்வன்' என்கிறது புறநானூறு

'தாழ்சடைப் பொலிந்த அருந்தவத்தோன்' என்கிறது அகநானூறு

'பிறங்குநீர்ச்சடைக் கரந்தான் புதுத்திங்கட் கண்ணியான்' என்கிறது கலித்தொகை

'நெற்றித் தனிக்கண் ஒருவன், ஆனேற்றுக் கொடியோன்' என்கிறது பாலைக்கலி

'சூலம் பிடித்த சுடர்ப்படை காலக்கடவுள்' என்கிறது பதிற்றுப்பத்து

சங்க இலக்கியங்கள் இவ்விதம் பாடிப் பரவுகின்ற சிவபெருமான் திருவுருவிற்கான விளக்கத்தை, சிவத்தை வணங்கும் ஒவ்வொரு வரும் அறிந்திருக்க வேண்டியது அவசியமல்லவா?

செம்மேனி எம்பெருமான் என்று போற்றப்படும் ஈசன் சிவந்த மேனி கொண்டவர் என்பதைப் பார்த்தோம். அத்தோடு செஞ்சடை கொண்டவரான அவர் அதில் ஒரு நதியையும், மதியையும் தரித் திருக்கிறார். கண்டம் கறுத்திருக்கிறது. நாகங்களை ஆபரணமாக அணிந்திருக்கிறார். இடையில் அணிந்திருப்பதோ புலித்தோலாடை. கரங்களில் மான், மழு, நெருப்பு முதலானவற்றை ஏந்தியிருக்கிறார். பாதத்தில் முயலகன் என்ற குறுகிய வடிவம் கொண்ட பூதத்தை மிதித்துக் கொண்டிருக்கிறார்.

இவற்றுக்கெல்லாம் ஏதேனும் காரணம் இருக்க வேண்டுமல்லவா? இங்கு நாம் ஒவ்வொன்றாகக் காண்போம்.

கங்காதரன்

முதலில் சிவபெருமான் ஏன் சடையில் கங்கையைத் தரித்திருக்கிறார் என்பதைக் காண்போம்.

கங்கை புண்ணிய நதியுருவானவள். வெண்ணிறம் உடையவள். வலது கையில் கருநெய்தல், இடது கையில் பூரண கும்பம் கொண்டவள். முதலை வாகனத்தில் வருபவள். பூமியில் கங்கை எனவும், பாதாளத்தில் போகவதி எனவும் பெயர் பெற்ற இவள் தொடக்கத்தில் வானுலகில் மந்தாகினி எனும் பெயரில் ஓடிக்கொண்டிருந்தாள்.

சூரிய குலத்து மன்னனான பகீரதன் தன் முன்னோர்களான சகரர்கள் கபில முனிவரால் சபிக்கப்பட்டு சாம்பலாய் கிடப்பதைக் கண்டு, அவர்கள் முக்தியடைய வேண்டுமென்றால் வானத்து நதி பூமிக்கு வர வேண்டும் என்பதையறிந்து தவம் புரிகிறான். அவனுக்குக் காட்சி தந்த கங்காதேவி "நான் பாய்ந்து வரும்போது அந்த வேகத்தைத் தாங்கக் கூடியவர்கள் யாராவது அதற்கு முன் வந்தால் வருகிறேன்" என்கிறாள்.

பகீரதன் ஈசனை வேண்டித் தவம் புரிந்து அவரைத் தரிசித்து தன் கோரிக்கையைக் கூற, அவர் அதை ஏற்றுக் கொள்கிறார். கங்கை என்னைத் தடுக்க ஈசனால் முடியுமா என ஆணவத்தோடு பாய்ந்து வர ஈசன் கங்கை நீர் முழுவதையும் தனது ஜடாமகுடத்தில் தாங்கி ஒரு துளி நீரும் வெளிவர முடியாமல் தடுத்து விடுகிறார். இதைத்தான் அப்பர் பெருமான் **நில்லாத நீர் சடையில் நிற்க வைத்தான்** என்று பாடுகிறார்.

பகீரதன் தன் முன்னோர்கள் சாம்பல் மேல் கங்கை படிய வேண்டும் என்பதற்காகவே தான் இவ்வளவும் செய்ததைச் சொல்ல ஈசன் சிறிதளவு நீரை சடையிலிருந்து பெருக்கெடுத்து வரச் செய்கிறார். அதுவே கங்கை நதியாக பூமிக்கு வந்தது. பகீரதன் கோரிக்கையும் நிறைவேறியது.

இறைவனின் சடையில் இடம் பெற்ற கங்கை என்றும் அங்கேயே நிலைபெற்றிருக்க வரம் பெற்றாள். அதன் காரணமாக ஈசன் கங்காதரன் எனப் பெயர் பெற்றார்.

சந்திரசேகரர்

நதி வந்தது இவ்விதமெனில் மதி வந்தது எவ்விதம்? அது விரிவான வரலாறு என்றாலும் சுருக்கமாகப் பார்க்கலாம்.

தட்சனின் புதல்விகளான அஸ்வினி முதலாக ரேவதி வரை உள்ள இருபத்து ஏழு பேரும் வானில் வலம் வந்த சந்திரனின் அழகைக் கண்டு மயங்கினார்கள். அவனையே மணக்க வேண்டும் என்று விரும்பினார்கள். தட்சன் அதை ஏற்று அவர்களை சந்திரனுக்கு மணம் செய்து தந்தான். அப்போது அவன் என் புதல்விகள் இருபத்து ஏழு பேரிடமும் சமமாக நடந்து கொள்ள வேண்டும் என்று சந்திரனுக்கு ஆணையிட்டான். சந்திரனும் அதை ஏற்றுக் கொண்டான்.

ஆனால் சந்திர மண்டலத்துக்குச் சென்று வாழத் தொடங்கியபோது அவன் அவர்களுக்குள் மிகவும் அழகியான ரோகிணியிடம் மட்டுமே காதல் கொண்டு அவளுடனேயே வாழத் தொடங்கினான். அதனால் வருத்தத்திற்கு ஆளான மற்ற இருபத்து ஆறு பேரும் மூவுலகையும் ஆளும் பிரம்ம புத்திரனான தங்கள் தந்தை தட்சனிடம் வந்து அதைப் பற்றிச் சொன்னார்கள். அதனால் கோபம் கொண்ட தட்சன் "என் ஆணையை மீறிய சந்திரன் நாளுக்கொரு கலையாகத் தேய்ந்து போகட்டும்" என்று சாபமிட்டான். அதைக் கேட்ட அந்த பெண்கள் இது தங்கள் கணவனின் உயிருக்கே ஆபத்தாகப் போய் விட்டதே என்று கலங்கினார்கள்.

பதினைந்து கலைகள் கொண்ட சந்திரனின் மேனி நாளுக்கு நாள் தேயத் தொடங்கியது. தன்னைக் காத்தருளும்படி தேவர்கள், பிரம்ம தேவர், திருமால் என அனைவரிடமும் சென்று வேண்டினான். தட்சனுக்கு பயந்து கொண்டு யாரும் அவனுக்கு அபயம் தரவில்லை. இதற்குள் தேய்ந்து தேய்ந்து மூன்று கலைகளே உள்ளவனாக ஆகி விட்டான். மனைவியர் இருபத்து ஏழு பேரும் கலங்கினார்கள். சிவத்தைச் சரணடையும்படி கூறினார்கள்.

இனி தனக்கு இருக்கும் இறுதி நம்பிக்கை இது ஒன்றே என சந்திரன் கைலாயத்திற்குச் சென்று சிவபெருமானின் திருவடியில் விழுந்து, 'அபயம்! அபயம்!' என கதறினான். சிவபெருமான் திருவடியில் விழுந்த சந்திரனை எடுத்துத் திருமுடியில் தரித்துக் கொண்டார்.

மூன்றாம் பிறையாக இருந்த அவன் ஒளிவீசிப் பிரகாசித்தான். அப்போது ஈசன் தட்சனின் சாபத்தை மாற்ற முடியாது என்பதால் அவன் சாபப்படி பதினைந்து நாள் தேய்ந்து கொண்டே சென்றாலும் தனது வரத்தின்படி அவன் பதினைந்து நாள் வளர்ந்து கொண்டே வருவான் என அருள்புரிந்தார். அதன்படியே நிகழத் தொடங்கியது.

இறைவனின் அருளுக்கு அடையாளமாக மூன்றாம் பிறை அவரது திருவடியில் செஞ்சடையில் நிலை பெற்றது. அதைச் சிறப்பிக்கும் வகையில் அவருக்கு சந்திரசேகரர் என்ற பெயர் வழங்கியது. இனி கண்டம் ஏன் கறுத்திருக்கிறது என்பதைக் காண் போம்.

நீலகண்டர்

ஒரு காலத்தில் தேவர்கள் அமுதம் பெற வேண்டும் என்பதற்காக திருமாலின் ஆலோசனைப்படி அசுரர்களையும் தங்களோடு இணைத்துக் கொண்டு பாற்கடலைக் கடைந்தார்கள். மந்திரகிரி மலையை மத்தாகயிட்டு வாசுகி என்ற பாம்பைக் கயிறாகக் கொண்டு அசுரர் ஒரு புறமும் தாங்கள் ஒரு புறமுமாக இருபுறமும் இருந்து கடைந்தபோது முதலில் பாற்கடலிலிருந்து ஆலம் என்ற நஞ்சு தோன்றியது. அதே நேரம் வாசுகி பாம்பும் உடல் வலி தாங்கா மல் ஆலம் எனும் நஞ்சைக் கக்கியது. இப்படி ஆலமும் ஆலமும் சேர்ந்து ஆலகால விஷமாகியது. அதன் வேகம் தாங்காமல் அமரரும் அசுரரும் ஆளுக்கொரு பக்கம் ஓடினார்கள்.

அதன்பின் அனைவரும் கூடி யோசித்து இந்த நேரத்தில் சிவபெரு மானையன்றி வேறு எவராலும் நம்மைக் காக்க முடியாது என்று ஓடி வந்து அவரைப் பணிந்து வேண்டினார்கள். அவர்களுக்கு அபயம் அளித்த ஈசன் தன் கையை நீட்ட அந்த ஆலகால நஞ்சு திரண்டு அவர் கையில் வந்து அடங்கியது. அதை வெளியில் விட்டால் ஆபத்து என்று வாயில் போட்டு விழுங்க முயன்றார். அதைக் கண்ட அம்பிகை பதட்டமடைந்து அது கழுத்திலிருந்து இறங்குவதற்கு முன்பே கண்டத்தைப் பிடித்து நிறுத்தினாள். அது அங்கேயே நின்று விட்டது. அதனால் சிவபெருமானுக்கு நீலகண்டர் எனும் பெயர் ஏற்பட்டது.

அண்டங்களைக் காக்க கண்டத்தைக் கறுப்பாக்கிக் கொண்ட பெருமானின் சிறப்பை சங்க இலக்கியங்கள் போற்றுகின்றன.

நீலமணி மிடற்று ஒருவன் போல
மன்னுக பெரும நீயே

- என்கிறார் ஔவையார்

விண்ணோர் அமுதுண்டும் சாவ ஒருவரும்
உண்ணாத நஞ்சுண்டு இருந்தருள் செய்குவாய்

- என்கிறார் இளங்கோவடிகள்

கறைமிடறு அணியலும் அணிந்தன்று அக்கறை
மறைநவில் அந்தணர் நவிலவும் படுமே

- என்கிறது புறநானூறு

பேரிசை நவிரம் மோய் உறையும்
காரி யுண்டிக் கடவுளது இயற்கை

- என்கிறது மலைபடுகடாம்

நடராசர்

இத்தகைய பெருமைக்குரிய சிவபெருமான் பாம்பாபரணம், புலித் தோல் ஆடை, மான் மழு நெருப்பென ஏந்திய கரங்கள், முயலகனை மிதித்த பாதம் என வித்தியாசமான தோற்றத்தில் காட்சியளிப்பது ஏன்?

இவையனைத்திற்கும் ஒரே விடையாக இருப்பது தாருகாவனத்து முனிவர்கள் செய்த யாகம்தான். அந்த வரலாற்றைக் காண்போம்.

ஒரு காலத்தில் தாருகாவனத்து முனிவர்கள் நாங்கள் மோகத்தை வென்றவர்கள். அதனால் எங்களுக்குத் தெய்வம் என ஏதுமில்லை என ஆணவத்தோடு பேசினார்கள். சிவபெருமான் ஒரு திருவிளை யாடல் புரிந்து அவர்களும் மோகவசப்பட்டவர்களே என்பதை உணர்த்தினார். அதனால் கோபம் கொண்ட அவர்கள் பிறரை அழிப்பதற்காகவே நடத்தப்படும் அபிச்சார யாகத்தைச் செய்து சிவத்தையே அழிக்க முயன்றார்கள்.

அவர்களது யாக குண்டத்திலிருந்து கூர்மையான கொம்புகளைக் கொண்ட மான் வந்தது. ஈசன் அதைத் தமது கரத்தில் ஏந்தினார். கூர்மையான மழு வந்தது. அதையும் ஒரு கரத்தில் ஏந்தினார்.

கொழுந்து விட்டெரியும் நெருப்புப் பாய்ந்து வந்தது. தமது இடது கரத்தில் அதை அடக்கி வைத்துக் கொண்டார். கொடூரமான புலி ஒன்றை உருவாக்கி அனுப்பினார்கள். ஒரு நொடியில் அதைப் பிடித்துத் தோலை உரித்து தமது இடையில் ஆடையாக உடுத்திக் கொண்டார். பயங்கரமான பாம்புகளை உருவாக்கி அனுப்பி வைத்தார்கள். அவற்றையெல்லாம் ஆபரணங்களாக அணிந்து கொண்டார்.

இறுதியில் குறுகிய வடிவம் கொண்ட முயலகன் என்றும் அசுரனை உருவாக்கி அனுப்பினார்கள். சிவம் அவனைக் கீழே தள்ளி அவன் மீது நின்று தாண்டவம் புரிந்தார். அதனால் அவர் நடராஜர் என போற்றப்பட்டார். தாருகாவனத்து முனிவர்கள் தங்கள் தவறை உணர்ந்து ஓடி வந்து அவர் பாதம் பணிந்து தங்களை மன்னிக்கும்படி வேண்டினார்கள். இறைவன் அதை ஏற்று அவர்களுக்கு அருள் புரிந்தார்.

நடராசராக இறைவன் ஆடிய நடனத்தைப் பாடாத சைவ நூல்கள் ஏதுமில்லை. அனைத்தையும் எடுத்து எழுதுவதென்பதும் சாத்திய மில்லை. நடராசப்பத்து என்ற நூலிலிருந்து புகழ் பெற்ற ஒரு பாடலைக் காண்போம்.

மானாட மழுவாட மதியாட புனலாட
மங்கைசிவ காமி ஆட
மாலாட நூலாட மறையாட திறையாட
மறைதந்த பிரம்ம னாட

கோனாட வானுலக கூட்டமெல் லாம்ஆட
குஞ்சர முகத்தன் ஆட
குண்டல மிரண்டாட தண்டைபுலி உடையாட
குழந்தை முருகேசன் ஆட

ஞானசம் பந்தரொடு இந்திராதி தேவரெனும்
அட்டபா லகரும் ஆட
நரைதும்பை அருகாட நந்திவா கனமாட
நாட்டியப் பெண்க ளாட

வினையோட உனைப்பாட எனைநாடி இதுவேளை
　　விருதோடு ஆடிவருவாய்
ஈசனே சிவகாமி நேசனே எனையீன்ற
　　தில்லைவாழ் நடரா சனே!

சிவலிங்கம்

இப்படி அற்புதமான உருவத்தில் காட்சிதரும் எம்பெருமான் சில நேரம் யார் கண்ணிற்கும் புலப்படாத அருவமாகவும் இருப்பார். இப்படி அருவம், உருவம் எனும் இருநிலை எல்லா தெய்வங் களுக்கும் உண்டு. ஆனால் சிவபெருமானுக்கு மட்டுமே அமைந்த மற்றொரு சிறப்பு அருவுருவம் எனப்படும் சிவலிங்க வடிவம். சிவலிங்கம் அருவமா என்றால் இல்லை. ஏனெனில் கண்ணிற்குத் தெரிகிறது. உருவமா என்றால் அதுவுமில்லை. ஏனெனில் முகம், கை, கால் என எதுவுமில்லை. அதனால்தான் அது அருவுருவம் எனப் பட்டது.

லிம் என்பது உயிர்களின் ஒடுக்கம். கம் என்பது உயிர்களின் தோற்றம். ஆக உயிர்கள் தோன்றுவதற்கும் ஒடுங்குவதற்கும் உரிய இடமாக விளங்குவது சிவலிங்கம். அதனால்தான் சேக்கிழார் பெருமான்.

காணாத அருவினுக்கும் உருவினுக்கும் காரணமாய்
நீணாகம் அணிந்தார்க்கு நிகழ்குறியாம் சிவலிங்கம்

என பாடினார். இறைவனுக்குரிய மகேச்வர மூர்த்தங்கள் இருபத்தைந்தினுள் முதன்மையாக விளங்குவது சிவலிங்கமே என்பதுவே அதன் சிறப்பிற்குச் சான்றாகும்.

லிங்கத்தின் அடிப்பாகம் நாற்கோணமாயிருக்கிறது. அது பிரம்ம பாகமாகும். நடுப்பாகம் எட்டுக் கோணமாயிருக்கிறது. அது ஆவுடை என்னும் பீடத்தினுள் அமைந்திருக்கிறது. அது விஷ்ணு பாகமாகும். அதற்கு மேல் காணப்படும் நீண்டதாகவும், வட்ட வடிவமாகவும் இருக்கும் பகுதி ருத்ரபாகம் எனப்படுகிறது. ஆக பிரம்ம விஷ்ணுக்களைத் தனக்குள் கொண்ட ருத்ரம்தான் சிவ லிங்கம்.

சிவலிங்கம் பதி என்றால் எதிரே உள்ள நந்தி ஆன்மாக்களைக் குறிப்பிம் பசு. அங்குள்ள பலிபீடம் பாசம் என்ற மும்மலங்களைக் குறிக்கும். இதனைத்தான் திருமூலர்,

ஆய பதிதான் அருட்சிவ லிங்கமாகம்
ஆய பசுவும் அடலேறு எனநிற்கும்
ஆய பலிபீடம் ஆகும்நற் பாசம்
ஆய அரன்நிலை ஆய்ந்துகொள் வார்க்கே

என்று பாடினார்.

பஞ்ச முகங்கள்

இப்படி அரிய வடிவம் கொண்ட எம்பெருமான் பஞ்சாட்சரனாக - பஞ்சமுகம் கொண்டவராக விளங்குகிறார் என்பதை நாம் அறிவோம். இதில் அந்த அட்சரங்களுக்கும் திருமுகங்களுக்கும் தொடர்பு இருக்கிறது என்பது ஓர் அரிய செய்தியாகும்.

வடகிழக்கை நோக்கிய ஈசானம் எனும் திருமுகம் பளிங்கு நிறம் கொண்டதாகும். அதில்தான் சிவாகமங்கள் தோன்றின என்பதோடு பஞ்சாட்சரத்தில் 'ந' எனும் எழுத்தும் தோன்றியது.

கிழக்கு நோக்கிய தத்புருடம் எனும் திருமுகம் பொன்னிறம் கொண்டதாகும். அதில்தான் வேதங்களில் முதன்மையான ரிக் வேதம் தோன்றியது என்பதோடு 'ம' எனும் எழுத்தும் தோன்றியது.

தெற்கு நோக்கிய அகோரம் எனும் திருமுகம் கருநிறம் கொண்ட தாகும். அதில்தான் யாகங்கள் நடத்தும் முறைகளைச் சொல்லும் யஜுர் வேதம் தோன்றியது என்பதோடு 'சி' எனும் எழுத்தும் தோன்றியது.

வடக்கு நோக்கிய வாமதேவம் எனும் திருமுகம் செந்நிறம் கொண்டதாகும். ஈசனைத் துதிக்கும் பாடல்கள் கொண்ட சாம வேதம் அதில் தோன்றியது என்பதோடு 'வ' எனும் எழுத்தும் தோன்றியது.

மேற்கு நோக்கிய சத்யோஜாதம் எனும் திருமுகம் பால்நிறம் கொண்டதாகும். கடுமையான மந்திரங்கள் அமைந்த அதர்வண வேதம் அதில் தோன்றியது என்பதோடு 'ய' எனும் எழுத்தும் தோன்றியது.

பஞ்சாட்சரம்

இவ்விதம் ஐந்து முகங்களிலிருந்தும் தோன்றிய ஐந்தெழுத்து மந்திரத்தின் சிறப்பை வேதாகமங்களும் பன்னிரு திருமுறைகளும் அற்புதமாகப் பாடுகின்றன. பதினெட்டுச் சித்தர்களில் ஒருவரான சிவவாக்கியர் அதற்கு ஒரு வடிவமே தருகிறார். இரு 'ந'கரங்கள் கால் களாகின்றன. 'ம'கரம் வயிறாகிறது. இரு 'சி'கரங்கள் தோள்களா கின்றன. 'வ'கரம் வாயாகிறது. இரு 'ய'கரங்கள் கண்களாகின்றன என்கிறார். இவ்விதம் சேர்த்தால் என்ன வருகிறது? ஒரு மனித வடிவம் வருகிறது. ஆக மானிட வடிவே பஞ்சாட்சரம்தான் என்கிறார் சிவ வாக்கியர்.

நவ்விரண்டும் காலதாய் நவின்றமவ்வு வயிறதாய்
சிவ்விரண்டும் தோளதாய் சிறந்தவவ்வு வாயதாய்
யவ்விரண்டும் கண்ணதாய் அமைந்துநின்ற நேர்மையில்
செவ்வையொத்து நின்றதே சிவாயமைந் தெழுத்துமே

இப்படிப்பட்ட இந்த பஞ்சாட்சரத்தின் பெருமையை நாம் அறிந்து கொள்ள வேண்டுமென்றால் ஆதிசங்கரர் சொன்ன வாசகத்தை நினைத்துப் பார்த்தாலே போதும்.

ஆதிசங்கரர் வாக்கு

காசி விஸ்வநாதர் ஆலயத்திற்குச் சென்று அவர் சன்னதியில் நின்ற சங்கரர் "பெருமானே! நான் சென்ற பிறப்பில் உனது பஞ்சாட் சரத்தை உச்சரிக்கவில்லை. அதற்காக என்னை மன்னித்து விடு" என்றார். உடனிருந்த சீடர்கள் திகைப்படைந்தார்கள். சுவாமி ஏன் இப்படிச் சொல்கிறார்? எத்தனையோ பிறவிகளில் செய்த புண்ணியத்தின் பயனாகத்தானே இப்படி பகவத் பாதராக ஜெகத் குருவாக அவதரித்திருக்கிறார். இவர் இப்படித் சொல்கிறாரே என்று திகைத்தார்கள். அப்போது சங்கரர் அதற்கடுத்து ஒரு வாசகம் சொன்னார். அது அவர்களை மேலும் திகைக்கச் செய்தது. "பெரு மானே! நான் அடுத்த பிறப்பிலும் உனது பஞ்சாட்சரத்தைச் சொல்ல மாட்டேன். அதற்காகவும் மன்னித்து விடு" என்றார். சீடர்களுக்கு ஒன்றுமே புரியவில்லை. சுவாமி ஏன் இப்படியெல்லாம் சொல்கிறார் என்று குழப்பமடைந்தார்கள்.

அப்போது சங்கரர் சன்னதியில் சொன்ன அடுத்த வாசகங்கள் அவர்கள் குழப்பத்தை நீக்கியது. பஞ்சாட்சரத்தின் மகிமையை விளக்கியது. அவர் சொன்னார், "இறைவா! நான் சென்ற பிறப்பில் உனது பஞ்சாட்சரத்தை உச்சரித்திருந்தால் இந்தப் பிறப்பே வந்திருக்காது. எப்போது நான் பிறந்து விட்டேனோ அப்போதே சென்ற பிறப்பில் உன் பெயரை உச்சரிக்கவில்லை என்பது உறுதியாகி விட்டது. ஆனால் இந்தப் பிறப்பில் இப்போது அதை உச்சரித்து விட்டேன். அதனால் எனக்கு அடுத்த பிறவி என்று ஒன்று இருக்காது. அதனால் அதில் உன் பஞ்சாட்சரத்தைச் சொல்ல வாய்ப்பிருக்காது. அதனால்தான் இரண்டுக்குமாக என்னை மன்னித்து விடு என்று கேட்கிறேன்" என்றார். சீடர்கள் மெய் மறந்து போனார்கள். நாமும் உன்னதமான தத்துவத்தை உணர்கிறோம்.

இந்த பஞ்சாட்சரம் சைவச் சான்றோர்களால் ஐந்து வகையாக உச்சரிக்கப்படுகிறது. அவை ஸ்தூல பஞ்சாட்சரம், சூட்சும பஞ்சாட்சரம், அதிசூட்சும பஞ்சாட்சரம், காரண பஞ்சாட்சரம், அதிகாரண பஞ்சாட்சரமான மகாமனு என சொல்லப்படுகிறது.

'நமசிவாய' என்பது ஸ்தூல பஞ்சாட்சரம். இது இகவாழ்வு எனும் இம்மையில் நாம் பெற வேண்டிய சகல நலங்களையும் அளிக்கும்.

'சிவாயநம' என்பது சூட்சும பஞ்சாட்சரம். இது பரவாழ்வு எனும் மறுமையில் நாம் பெற வேண்டிய முக்திக்கு வழிகாட்டும்.

'சிவயசிவ' என்பது அதிசூட்சும பஞ்சாட்சரம், இது மும்மலங்கள் என்னும் பாசங்களை நீக்கி சீவனைத் தூய்மையாக்கும்.

'சிவ' என்பது காரண பஞ்சாட்சரம். இது சிவத்தின் அருளை நாம் உணர்ந்து கொள்ளும்படிச் செய்து சிவானந்த நிலையளிக்கும்.

'சி' என்பது அதிகாரண பஞ்சாட்சரம். மகாமனு என அழைக்கப்படும் இதுவே நம்மை சிவத்தோடு இணைத்து நம்மையே சிவமாக்கும்.

பிருதிவி லிங்கம்

இவ்விதம் பஞ்சமுக ரூபமாய், பஞ்சாட்சர வடிவமாய் விளங்கும் சிவபெருமான் பஞ்சபூத லிங்கமாகவும் விளங்குகிறார். அவை ஒவ்வொன்றும் தோன்ற அன்னை பராசக்தி காரணமாக அமை

கிறாள். அவ்விதம் அமைந்த வரலாறுகளைக் காண்போம்.

நிலம், நீர், நெருப்பு, காற்று, வானம் ஆகிய பஞ்ச பூதங்களின் அடையாளமாக விளங்கும் சிவலிங்களை பிருதிலிங்கம், அப்பு லிங்கம், தேயுலிங்கம், வாயுலிங்கம், ஆகாய லிங்கம் என குறிப்பிடு கின்றார்.

இவற்றுள் நிலத்தின் அடையாளமாக விளங்கும் பிருதிவிலிங்கம் அமைந்த திருத்தலம் காஞ்சிபுரம். அம்பிகை இங்கு வந்து பிருதிவி லிங்கத்தை அமைத்த வரலாற்றை பெரிய புராணத்தில் சேக்கிழார் பெருமான் விரிவாகப் பாடுகிறார்.

அன்னை பராசக்தி சிவபெருமானிடம் தங்கள் மீது கொண்ட பக்தியின் வெளிப்பாடாகத் தாங்கள் விரும்புவது எது என்று கேட்க பூசனை புரிதலே என்கிறார் ஈசன். இதை அருமையான கவிதையாக வழங்குகிறார் சேக்கிழார் பெருமான்.

எண்ணி லாகமம் இயம்பிய இறைவர்தாம் விரும்பும்
உண்மை யாவது பூசனை எனஉரைத் தருள
அண்ணலார்தமை அருச்சனை புரியஆத ரித்தாள்
பெண்ணில் நல்லவ ளாயின பெருந்தவக் கொழுந்து

அன்னை மகிழ்ந்து "நான் சென்று பூசிக்கத் தக்க ஓர் இடத்தைச் சொல்லுங்கள்" என கேட்க, "காஞ்சியில் உள்ள கம்பா நதிக்கரையில் எம்மை ஒரு மாமரத்தின் கீழ் நிறுவி வழிபடுக" என்கிறார்.

கம்பாநதி எங்கேயிருக்கிறது என்று இப்போது தேட வேண்டாம். இது யுகங்களைக் கடந்த வரலாறு. இன்று அந்த நதி அந்தர் வாகினி யாக (பூமிக்குள் ஓடும் நதியாக) விளங்குகிறது என்கிறார்கள்.

ஈசன் சொன்னபடி காஞ்சிக்கு வந்தாள் அம்பிகை. காஞ்சி ஏழு மோட்சபுரிகளில் ஒன்றாக விளங்குகிறது. அயோத்தி, மதுரா, மாயா (ஹரித்வார்), காசி, அவந்திகா, துவாரகா, காஞ்சி என்பவையே அவை. மேலும் காஞ்சி பூமாதேவியின் ஒட்டியாணம் என்று போற்றப்படுகிறது.

கம்பா நதிக்கரையில் தனித்து நின்ற ஒரு மாமரத்தின் கீழ் மண்ணால் சிவலிங்கம் அமைத்து வழிபட்டாள் அம்பிகை. அதுவே பிருதிவி

லிங்கம் எனப்பட்டது.

ஏகம் என்றால் ஒன்று என்பது பொருள். அம்பரம் என்றால் மாமரம். ஒரு மாமரத்தின் கீழ் எழுந்தருளிய பெருமான் ஏகாம்பரர் என பெயர் கொண்டார். அம்பிகை காலம் தவறாமல் நித்தியப் பூசை செய்து வந்த நிலையில் அவளது பக்தியை சோதிக்க முனைந்தார் ஈசன்.

கம்பா நதியில் திடீரென்று வெள்ளம் பெருக்கெடுத்து வந்தது. இன்னும் சில நொடிகளில் மண்ணால் ஆன சிவலிங்கத்தின் மேல் பாய்ந்து கரைத்து விடும் என்ற நிலையில் தாவிப் பாய்ந்து சிவ லிங்கத்தை இறுகத் தழுவிக் கொண்டாள் அன்னை. அதனால் சிவ லிங்கம் குழைந்தது. அதன் காரணமாக அம்பிக்கைக்குக் குழையத் தழுவிய அம்மன் எனவும், ஈசனுக்கு தழுவக் குழைந்த அய்யன் எனவும் பெயர்கள் ஏற்பட்டன.

அம்மை தழுவிய வடு இன்றும் சிவலிங்கத்தில் இருப்பதாகச் சொல்லப்படுகிறது.

அப்பு லிங்கம்

நீரின் வடிவாய் உருவான அப்புலிங்கம் திருவானைக்காவில் ஜம்புகேஸ்வரர் என்ற பெயரோடு எழுந்தருளியிருக்கிறார். அம்பிகை இங்கு காவிரி நீரைத் தொட்டவுடனே அந்த நீரே சிவலிங்கமானது என தல வரலாறு கூறுகிறது. அதனால் இது அப்பு லிங்கம் என குறிப்பிடப்பட்டது. இவர் இங்கு ஒரு வெண்நாவல் மரத்தின் கீழ் வீற்றிருந்தபோது வெட்டவெளியானதால் வெயில் படும் நிலை இருந்தது. அதைக் கண்ட சிலந்தி ஒன்று அந்தப் பெருமான் மீது பக்தி கொண்டிருந்ததால் அவர் தலைக்கு மேலே சிலந்திவலை பின்னி அவருக்கு நிழலை ஏற்படுத்தியது. ஆனால் அந்த சிலந்தியைப் போலவே ஈசன் மீது பக்தி கொண்டிருந்த யானை ஒன்று சிலந்தி சிவலிங்கத்தை அசுத்தம் செய்து விட்டதாகக் கருதியது. அதனால் காவிரியாற்றில் நீரை முகந்து கொண்டு வந்து ஊற்றி சிலந்தி வலையைத் துடைத்தெறிந்தது.

இந்த நிலை ஒருநாள் இருநாள் அல்ல. நாள்கள் வாரங்களாகி, வாரங்கள் மாதங்களாகி, மாதங்கள் வருடங்களான போதும்

தொடர்ந்தது. சிலந்தியால் அதற்கு மேலும் பொறுத்துக் கொண் டிருக்க முடியவில்லை. தான் சுவாமிக்கு நிழல் ஏற்படுத்தித் தருவதை யானை தடுப்பதாகக் கருதிய சிலந்தி ஒரு நாள் கோபத்தோடு யானையின் தும்பிக்கைக்குள் புகுந்து உள்ளே சென்று துன்புறுத்த, வேதனை தாங்காமல் யானை மடிந்து விழுந்தது. அதே நேரம் உள்ளே புகுந்த சிலந்தியும் மாண்டது.

யானை தான் செய்த தொண்டின் பயனாக உடனே முக்தி யடைந்தது. சிலந்தி தொண்டு செய்தாலும் இடையூறு செய்வதாய் நினைத்து யானையைக் கடித்து அதன் மரணத்துக்குக் காரணமாக யிருந்ததால் மீண்டும் பூவுலகில் பிறக்க நேர்ந்தது. ஆனாலும் தான் செய்த சிவத்தொண்டின் பலனாக அரச குமாரனாகப் பிறக்கும் பாக்கியம் கிடைத்தது.

சுபதேவன் என்னும் சோழ மன்னனின் மகனாக கமலவதியின் கருவில் தோன்றிய குழந்தை பிறக்கப் போகும் நேரத்தில் சோதிடர் கள் இன்னும் ஒரு நாழிகைக்குப் பிறகு குழந்தை பிறந்தால் அது பூவுலகம் முழுவதையும் அரசாளும் பெருமை பெறும் என்றார்கள்.

அதைக் கேட்ட அரசி குழந்தை பிறப்பதைத் தாமதப்படுத்துவதற் காகத் தன்னை தலைகீழாகக் கட்டித் தொங்கவிடச் செய்தாள். ஒரு நாழிகைக்குப் பிறகு அவளை இறக்கிவிட குழந்தை பிறந்தது. தலை கீழாய்த் தொங்கியதின் பயனாகக் குழந்தையின் கண்கள் சிவந் திருந்தன. அதைக் கண்ட ராணி என் மகன் செவ்கணானோ என்று கூறியபடி உயிர்விட்டாள்.

தந்தை சுபதேவன் குழந்தைக்கு செங்கணான் என்றே பெயரிட்டு வளர்த்து உரிய வயதில் முடி சூட்டினான். செங்கணானுக்குத் தன் பூர்வஜன்ம நினைவு இருந்ததால் திருவானைக்காவலுக்கு வந்து வெண்ணாவல் மரத்தடியில் இருந்த இறைவனுக்குத் திருக்கோயில் கட்டினான்.

போன ஜன்மத்தில் யானை தன் தொண்டுக்கு இடையூறு செய்ததால் யானை புகா வாயில் அமைத்தான். இவ்விதம் செங்கட்சோழன் கோயில் கட்டியதை திருஞானசம்பந்தர் இவ்விதம் பாடுகிறார்.

செங்கண் பெயர்கொண் டவன்செம்பி யர்கோன்
அங்கட் கருணை பெரிதாய் அவனே
வெங்கண் விடையாய் எம்வெண்நா வலுளாய்
அங்கத்து அயர்வா யினள்ஆ யிழையே

திருவானைக்காவிலுள்ள லிங்கம் காவிரி கொள்ளிடம் ஆகிய இரண்டு பெரிய ஆறுகளுக்கு இடையில் எக்காலத்தும் வற்றாத நீர் ஊற்று உள்ள இடத்தில் பிரதிஷ்டை செய்யப்பட்டுள்ளது. அன்று நால்வர் பெருமக்களும் அப்புலிங்கத்தைச் சுற்றி நீர் ஊறுவதைப் பாடியுள்ளனர் என்பது பெரிதல்ல; இன்று நம் காலத்திலும் அவ்விதமே நீர் ஊறிக் கொண்டிருக்கிறது.

தேயு லிங்கம்

இறைவன் தேயு லிங்கமாகக் காட்சி தரும் திருத்தலம் திருவண்ணாமலை அண்ணாமலையாருக்கென்று அழகிய திருக்கோயிலும், சுவாமி சிவலிங்க வடிவமாக எழுந்தருளி அருள்புரியும் சன்னதியும் உண்டு என்றாலும் ஒரு மலையையே சிவலிங்கமாகக் கருதி கிரிவலம் வரும் அற்புதம் திருவண்ணாமலைக்கு மட்டுமே உண்டு.

இறைவன் தீப்பிழம்பாய் விண்ணுக்கும் மண்ணுக்குமாக ஓங்கி வளர்ந்து நின்றபோது, அரியும் அயனும் அடிமுடி தேடிச் சென்ற திருவண்ணாமலைக்குரிய வரலாற்றை நாம் பின்னர் சிவராத்திரி மகிமையைக் காணும்போது விரிவாகப் பார்க்கயிருக்கிறோம். அதனால் ஈசனின் இடபாகம் பெற அம்பிகை தவம் புரிந்த திருத்தலம் இதுயென்பதால் அதைக் காண்போம்.

கைலையில் சிவபெருமானும் அம்பிகையும் தனித்தனி பீடங்களில் அருகருகே அமர்ந்திருக்க, அமரரும் முனிவரும் வந்து அவர்கள் இருவரையும் வலம் வந்து வணங்கி விட்டுச் செல்வார்கள். அப்படி வரும் முனிவர்களில் ஒருவரான பிருங்கி முனிவர் மட்டும் அம்மையை விலக்கி அப்பனை மட்டும் வலம் வந்து வணங்கி விட்டுச் செல்வார்.

அதைக் கண்ட அம்பிகை யோசித்து ஒரு நாள் ஒரே பீடத்தில் ஈச னோடு இணைந்து அமர்ந்து கொண்டாள். அதைக் கண்ட பிருங்கி வண்டு ரூபமெடுத்து இருவருக்கும் இடையில் புகுந்து ஈசனை வலம்

வந்து மீண்டும் தன் சுயவடிவோடு நின்றார்.

அதைக் கண்ட அம்பிகை கோபம் கொண்டு பிருங்கியை நோக்கி "ஏன் இவ்விதம் செய்கிறாய்?" என்று கேட்டார். பிருங்கி அலட்சியமாக "இகவாழ்வின் இன்பங்களைப் பெற வேண்டும் என்று விரும்புபவனுக்குத்தான் உங்கள் அருள் வேண்டும். ஆனால் பரவாழ்வின் முக்தியை அருள்வதாலேயே பரமன் என்று பெயர் கொண்டவரின் அருளைப் பெற்று அதை மட்டுமே அடைய விரும்புகிறவனுக்கு அது தேவையில்லை. அதனால்தான் நான் உங்களை விலக்கி ஈசனை மட்டும் தரிசிக்கிறேன்" என்றார்.

அதை ஏற்க மறுத்த அம்பிகை "சக்தியின்றி சிவமில்லை. சிவமின்றி சக்தியில்லை என்பதை உணராமல் இவ்விதம் என்னை அவமதித் தாய். ஒருவன் உடம்பில் உள்ள எலும்பு சிவமென்றால் அதில் போர்த்தியிருக்கும் சதையும் உதிரமும் சக்தியின் அம்சமாகும். அதனால் எனது அம்சமான அவற்றை உன்னிடமிருந்து பறித்து விடுகிறேன்" என கை காட்ட மறுகணம் அவற்றை இழந்த பிருங்கி எலும்புக்கூடாக நின்றார். ஈசன் தந்த கோலை ஊன்றியபடி அங்கிருந்து சென்றார்.

இறைவன் இறைவியைப் பார்த்து "தேவி! இகத்தை விரும்புபவன் உன்னை வணங்குவான். பரத்தை விரும்புபவன் என்னை வணங்கு வான். இரண்டையும் விரும்புபவன் நம் இருவரையும் வணங்கு வான். இது உனக்குத் தெரிந்திருந்தும் பிருங்கியை சபித்து விட்டாய். நாம் இருவரும் தனித்தனியே இருக்கும்வரை இந்த நிலை தொடரத் தானே செய்யும்" என்று கூறிவிட்டுச் சென்றார்.

இறைவன் சொல்வதில் ஏதோ உட்பொருள் இருக்கிறது என்பதை யோசித்த அம்பிகை ஒரு தீர்மானத்துக்கு வந்து திருவண்ணா மலைக்குச் சென்று மலையடிவாரத்தில் அமர்ந்து கடுமையாகத் தவம் புரிந்தாள். ஈசன் தோன்றி என்ன வரம் வேண்டுமென்று கேட்க, தங்கள் மேனியில் சமபாகம் பெற வேண்டும் என்றாள். ஈசன் அவ்விதமே இடபாகத்தில் அம்பிகையை ஏற்று அர்த்தநாரீஸ்வர ராகக் காட்சி தந்தார்.

அந்தத் தோற்றத்தை பெண்ணாகிய பெருமான் என குறிப்பிட்டு, அண்ணாமலையின் பெருமையை அற்புதமாகப் பாடுகிறார் திருஞானசம்பந்தர்.

உண்ணாமுலை உமையாளொடும் உடனாகிய ஒருவன்
பெண்ணாகிய பெருமான்மலை திருமாமணி திகழ
மண்ணார்ந்தன அருவித்திரன் மழலைமுழ வதிரும்
அண்ணாமலை தொழுவார்வினை வழுவாவணம் அறுமே

இவ்விதம் ஈசன் தேயு லிங்கமாக எழுந்தருளியிருக்கும் திருத்தலம் பல பெருமைகளைக் கொண்டதாகத் திகழ்கிறது.

வாயு லிங்கம்

எம்பெருமான் வாயு லிங்கமாக எழுந்தருளியிருக்கும் திருத்தலம் சீகாளத்தி. இது தட்சிண கைலாயம் என போற்றப்படுகிறது. நக்கீரர் கைலை பாதி காளத்தில் பாதி என்றே பாடியிருக்கிறார். அதற்குக் காரணமாக அமைந்த வரலாறு சுவையானது.

அர்ஜுனன் கைலாய மலையில் அமர்ந்து சிவபெருமானை நோக்கிக் கடுமையாகத் தவம் புரிந்தான். எம் பெருமான் வேடனாக வந்து அவனைப் பன்றி ரூபத்தில் கொல்ல வந்த மூகாசுரனைக் கொன்றார். அதையே காரணமாகக் கொண்டு அர்ஜுனனை வம்பிழுத்துச் சண்டையிட்டார். அப்போது அர்ஜுனன் எம்பெருமானை வேடனே வேடனே என்றழைத்துக் குலத்தைக் குறிப்பிட்டு அவரை அவமதித்தான். பிறகு அவரது சுயரூபம் கண்டு போற்றித் துதித்துப் பாசுபதாஸ்திரம் பெற்றான். இப்படி ஈசனைக் குலம் சொல்லிப் பழித்துப் பேசியதால் அடுத்த பிறப்பில் வேடர் குலத்தில் திண்ணப்பன் என்ற பெயரோடு தோன்றினான்.

திண்ணப்பன் வேடர்களுக்குரிய கலைகளில் தேர்ந்து கானகத்திற்கு இரு தோழர்களோடு வேட்டைக்கு வருகிறார். அங்கு காளத்தி மலைமீது ஈசன் எழுந்தருளியிருப்பதைப் பார்க்கிறார். அவருக்குத் தொண்டு புரிவதே பிறவியின் பயன் என ஏற்று அவரை வழிபடும் முறைகளைத் தோழர்களிடம் கேட்டறிகிறார். வாயில் நீரை எடுத்துக் கொண்டு மலர்களைத் தலைக்குடுமியில் செருகிக்

கொண்டு பன்றியின் மாமிசத்தை ஒரு தொன்னையில் வைத்து எடுத்துக் கொண்டு அவரருகே வந்தார். வாய் நீரை ஊற்றி அபிஷேகம் செய்து சிகையில் கொணர்ந்த மலரிட்டு ஆராதனை புரிந்து தான் வாயிலிட்டு சுவைத்த மாமிசத்தை நிவேதனமாக்கினார்.

ஐந்து நாட்களாக இவ்விதம் நடப்பதைக் கண்டு தினமும் அங்கு வந்து சிவபூசை செய்யும் சிவகோசரியார் மனம் நொந்தார். யாரோ அங்கு வந்து மாமிசம் தின்று அந்த இடத்தில் அனுசிதமாக நடந்து கொள்கிறார்கள் என்று மனம் வருந்தினார். அன்று இரவு ஈசன் சிவகோசரியார் கனவில் தோன்றி உண்மை நலையை உணர்த்தி னார். இதனை சேக்கிழார் பெருமான் ஈசன் வாக்காக,

அவனுடைய வடிவெல்லாம் நம்பக்கல் அன்பென்றும்
அவனுடைய அறிவெல்லாம் நமையறியும் அறிவென்றும்
அவனுடைய செயலெல்லாம் நமக்கினிய வாமென்றும்
அவனுடைய நிலைஇவ்வாறு அறிநீயென்று அருள்செய்தார்

அவன் சிறப்பை அறிய மறைந்து நின்று பார் என்றார் ஈசன். சிவகோசரியும் ஆறாம் நாள் அவ்விதமே பார்த்திருக்க ஈசன் கண்ணில் இரத்தம் வடியக் கண்டு தன் கண்ணைப் பெயர்த்து அப்பினார். மறுகண்ணிலும் உதிரம் வடிய தன் கண்ணைப் பெயர்த்து விட்டால் உதிரம் வடியும் கண் இருக்குமிடம் தெரியாது என்பதால் செருப்பணிந்த தன் காலை அந்தயிடத்தில் அடையாளம் வைத்துக் கொண்டு மற்றொரு கண்ணையும் பெயர்க்க முனைந்தார். ஈசன் அக்கையைப் பற்றித் தடுத்து 'நில் கண்ணப்பா' என்றார். திண்ணப்பன் கண்ணப்பரானார்.

இவ்விதம் கண்ணப்பரோடு சிவகோசரியாரும், காளத்தியைக் கைலாயமாகக் கண்டு பாடிய நக்கீரரும் இங்கு இறைவன் திருவருளைப் பெற்று முக்தியடைந்தார்கள்.

சீ என்றால் சிலந்தி, காளம் என்றால் பாம்பு, அத்தி என்றால் யானை. இவை மூன்றும் வழிபட்டு இறைவன் அருளைப் பெற்றதால் சீகாளத்தி ஆனது. இராகு கேதுக்கள் இங்கு வந்து தவம் புரிந்து கிரக பதம் பெற்றதற்கு அடையாளமாக அவரைப் பின்னிப் பிணைந் திருக்கின்றனர் என்பதற்கு அடையாளமாகத்தான் சுவாமியைச்

சுற்றிப் பட்டை போடப்பட்டிருக்கிறது. இங்கு சுவாமிகள் பெயரே காளத்திநாதர்தான். காளத்தீசுவரர்தான். அம்பிகை ஞானப் பூங்கோதை.

அம்பிகை இங்கு காற்றையே சிவலிங்கமாக பாவித்துத் தியானம் செய்ததால் இது வாயு லிங்கமானது என்பது தல வரலாறு. அதற்கு அடையாளமாக சன்னதியில் எப்போதும் மென்மையான காற்று வீசிக் கொண்டிருக்கிறது. அங்கு ஏற்றி வைக்கப்பட்டிருக்கும் தீச்சுடர் காற்றில் அப்படியும் இப்படியும் ஆடிக் கொண்டிருக்கிறது.

ஆகாய லிங்கம்

சிவபெருமான் ஆகாய லிங்கமாக எழுந்தருளியிருக்கும் திருத்தலம் தில்லை. இத்தலத்தை சிதாகாச சேத்திரம், பூலோக கைலாசம், திருப்புலியூர், புண்டரிகபுரம், தகராகாசம் என்றெல்லாம் போற்றிப் புகழ்வார்கள். இறைவன் சபாநாயகர். இறைவி சிவகாமியம்மை. அன்னை பராசக்தி இங்கு ஆகாயத்தையே சிவலிங்கமாகப் பாவித்துத் தியானம் செய்ததால் இது ஆகாயலிங்கமானது. சித் என்றால் ஞானம். அம்பரம் என்றால் ஆகாயம். அதனால் இது சித்+அம்பரம் = சிதம்பரமானது. ஒரு காலத்தில் தில்லை மரங்கள் நிறைந்திருந்ததால் தில்லையானது.

சைவத்தில் கோயில் என்று சொன்னாலே அது தில்லையம்பதியைத் தான் குறிக்கும். தேவார மூவரும் பாடியவையும், மற்றும் திருமுறை களில் இடம் பெற்ற அனைவரது தில்லைப் பதிகங்களும் கோயில் பதிகம் என்றே குறிப்பிடப்படுகின்றன.

இறைவன் எண்ணற்றத் திருவிளையாடல்களை நடத்திய தில்லை யில் சேந்தனாருக்காக நடத்திய சில திருவிளையாடல்களைக் காணலாம். சேந்தனார் ஒன்பதாம் திருமுறையில் திருவீழிமிழலை, திருவாவடுதுறை, திருவிடைக்கழி என்ற மூன்று தலங்களுக்கு திரு விசைப்பாப் பதிகங்களும், தில்லையம்பதிக்குத் திருப்பல்லாண்டும் பாடியிருக்கிறார்.

சேந்தனார் காவிரிப்பூம்பட்டினத்தில் பெரு வணிகராகயிருந்த பட்டினத்தடிகளின் கணக்கராகயிருந்தவர். அப்போது அனைத்தை

யும் துறந்து வெளியேறிய பட்டினத்தார் தமது செல்வமனைத்தையும் தானம் செய்து விடும்படி சேந்தனாரிடம் தர, அவரும் அவ்விதமே செய்தார். அப்போது பட்டினத்தாரின் சுற்றத்தார் தூண்டுதலால் சோழ அரசன் சேந்தனாரைச் சிறையிலிட்டான். அடிகளின் அருளால் சிறைக்கதவு உடைந்தது. அப்போது பட்டினத்தார் பாடிய பாட்டு மிகுந்த சிறப்புக்குரியது.

மத்தளைத் தயிர்உண்டானும் மலர்மிசை மன்னினானும்
நித்தமும் தேடிக்காணா நிமலனே நீஇன்றேகிச்
செய்தகளை கயல்பாய நாங்கூர்சேந்தனை வேந்தனிட்ட
கைத்தளை நீக்கிஎன்முன் காட்டுவெண் காட்டுளானே

அதன்பின் தில்லைக்குச் சென்று அங்கு விறகு வெட்டி விற்று வாழத் தொடங்கிய சேந்தனார், தனது சிறு வருவாயில் சிவனடியார்க்கு அமுதிட்டுத் தொண்டு புரிந்தார். திருவாதிரை நாளில் அரிசி உணவு செய்ய முடியா நிலையில் களி கிளறி அதைப் படைத்தார். அவரது அரிய தொண்டை அனைவருக்கும் உணர்த்த விரும்பிய ஈசன் அன்றைய தினம் தாமே சிவனடியாராக அங்கு சென்று அந்தக் களியை உண்டு திருக்கோயிலில் தமது திருமேனியில் காட்டியருளி னார். அதன் மூலம்தான் இன்று வரை 'திருவாதிரை ஒருவாய்களி' என்பது பழமொழியாக வழங்குகிறது.

அதற்குப் பிறகு நடந்த அற்புதம்தான் திருப்பல்லாண்டு தோன்றக் காரணமாகயிருந்தது. சேந்தனாரை அலட்சியப்படுத்தியவர்களுக்கு அவரது பெருமையை உணர்த்த வேண்டும் என விரும்பிய எம்பெரு மான் மார்கழித் திருவாதிரைத் திருவிழாவில் தேர் ஓடாதபடி செய்ததோடு, சேந்தனார் வந்தால் தேர் ஓடும் என அசரீரியாக ஒலிக்கச் செய்தார். அனைவரும் ஓடிச் சென்று அவரை அழைத்து வந்தனர். அப்போதுதான் அவர் திருப்பல்லாண்டு பாடினார். தேர் ஓடியது.

இவ்விதம் மூர்த்தி, தலம், தீர்த்தம் ஆகிய மூன்றினாலும் சிறப்புற்று விளங்கும் தில்லை தரிசிக்க முத்தி தருவதாகும். ஆறாதாரத் தலங்களில் இருதயமாக விளங்குவதாகும். இங்கு மூல லிங்கப் பெருமான் எழுந்தருளிய இடம் திருமூலட்டானம் எனப்படும்.

அண்டத்தில் அமைந்த இந்த பஞ்சபூத அமைப்பு பிண்டத்திலும் உண்டு என சான்றோர் வகுத்துத் தந்துள்ளனர்.

பாதத்திலிருந்து முழங்கால்வரை பிருதிவி மண்டலம் (காஞ்சி)

முழங்காலிலிருந்து இடுப்புவரை அப்பு மண்டலம் (ஆனைக்கா)

இடையிலிருந்து நெஞ்சுவரை தேயு மண்டலம் (அண்ணாமலை)

மார்பிலிருந்து புருவம்வரை வாயு மண்டலம் (காளத்தி)

புருவத்திலிருந்து உச்சி வரை ஆகாய மண்டலம் (சிதம்பரம்)

இவ்விதம் பஞ்சபூதலிங்கமாய் விளங்கும் சிவபெருமான் பஞ்ச சபைகளில் நடனமிடும் தாண்டவ மூர்த்தியாகவும் விளங்குகிறார். அவர் ஆடும் சபைகளை சித்திர சபை, தாமிர சபை, இரசித சபை, கனக சபை, இரத்தின என்று குறிப்பிடுவர். அதையே அம்பலங் களாக்கி மண்ணம்பலம், தாமிர அம்பலம், வெள்ளியம்பலம், பொன்னம்பலம், மணியம்பலம் என்றும் கூறுவர்.

சித்திர சபை

சித்திர சபையில் எழுந்தருளியிருக்கும் குற்றாலநாதர் குறும்பலா ஈசுவரர் என சிறப்பிக்கப்படுகிறார். இதற்கு முன் இவர் எந்த வடிவத்தில் இருந்தார்? யாரால் இத்தகைய வடிவம் பெற்றார் என்பது சுவையான நிகழ்வாகும்.

தென்னாட்டுத் திருத்தலங்களைத் தரிசித்தபடி வந்த அகத்தியர் ஒருநாள் குற்றாலத்திற்கு வந்தார். மலையடிவாரத்தில் அருவி விழும் இடத்தில் அமைந்த கோயிலுக்குச் சென்றார். கோயில் முகப்பில் நின்ற வைணவர்கள் இது பெருமாள் கோயில். சிவச்சின்னங்கள் அமைந்த உம்மை உள்ளே விடமாட்டோம் என்றார்கள். அவர் களிடம் ஒரு வார்த்தை கூட பேசாமல் அமைதியாகத் திரும்பிச் சென்றார். சிறிது நேரத்தில் பன்னிரு நாமம் தரித்து வந்த அவரை எந்த மறுப்புமின்றி உள்ளே செல்ல விட்டார்கள். நேரே சன்னதிக்கு சென்ற அவர் நெடியவனாக நின்ற திருமாலின் சிலா ரூபத்தின்மேல் கை வைத்து குறுகு! குறுகு! என்று அழுத்திக் கொண்டே வந்தார். பெருமாள் குறுகி குறுகி சிவலிங்க வடிவெனும் பெருமாளாகக்

குறுகி விட்டார். குற்றால நாதரைப் பற்றி பேசும் எல்லா நூல்களும் இந்த வரலாற்றைக் கூறுகின்றன.

இங்குள்ள குறும்பலா மரம் சிறப்புடையது. தற்போது காட்சிப் பொருளாக உள்ளது. திரிகூடாசலம், திரிகூட மலை என்றெல்லாம் அழைக்கப்படும் மலையடிவாரத்தில் கோயில் சங்கு வடிவத்தில் உள்ளது. மலை உயரத்தில் சண்பக அருவி, தேனருவி முதலியன உள்ளன. கோயிலுக்கு அருகே ஐந்தருவி உள்ளது. அருவி நீர் மலைமேலிருந்து பல்வேறு மூலிகைகளில் படிந்து வருவதால் இதில் நீராடுவதின் மூலம் நோய்கள் நீங்கி உடல் ஆரோக்கியம் பெறுகிறது.

சிவபெருமான் ஆடல் புரிந்த பஞ்ச சபைகளில் குற்றாலம் சித்திர சபையாக விளங்குகிறது. அதைப் பற்றி திருஞானசம்பந்தர் தமது பதிகத்தில் மிக அழகாகக் குறிப்பிடுகிறார்.

வம்பார் குன்றம் நீடுயர் சாரல் வளர்வேங்கை
கொம்பார் சோலைக் கோல வண்டியாழ் செய்குற்றாலம்
அம்பால் நெய்யொரு ஆடல் அமர்ந்தான் அலர்கொன்றை
நம்பால் மேய நன்னகர் போலும் நமரங்காள்

திருநாவுக்கரசர் திருவங்க மாலையில் இத்திருத்தலத்தைச் சிறப் பித்துப் பாடியுள்ளார். மாணிக்கவாசகர், பட்டினத்தார் ஆகியோரும் பாடியுள்ளனர். இத்திருக்கோயில் பற்றித் தலபுராணம் பாடியுள்ள திரிகூட ராசப்பக் கவிராயர், குற்றாலக் குறவஞ்சி எனும் அற்புத மான நூல் ஒன்றைத் தந்திருக்கிறார்.

தாமிர சபை

பாண்டிய நாட்டுத் திருத்தலங்களில் ஒன்றான திருநெல்வேலி நெல்லை மாவட்டத்துத் தலைநகராக விளங்குகிறது. இங்குள்ள நெல்லையப்பர் கோயில் பரந்து விரிந்த மிகப்பெரிய கோயிலாகும். நெல்லையப்பர், வேணுவனநாதர் என சுவாமிக்கு இங்கே இரு சன்னதிகள் உள்ளன. இறைவன் மூங்கிலில் தோன்றியதால் வேய்முத்தநாதர், வேணுவனநாதர் என்றெல்லாம் அழைக்கப்படு கிறார். காந்தியம்மை சன்னதி தனியே உள்ளது. இங்குள்ள ஆறுமுக கடவுளின் திருவுருவம் பெரியதாகவும் அழகானதாகவும் விளங்கு கிறது.

சிவபெருமான் தாண்டவம் புரிந்த பஞ்ச சபைகளில் திருநெல்வேலி தாமிர சபையைக் கொண்டதாகும். இத்தலத்திற்கு இந்தப் பெயர் வந்ததற்கு ஒரு காரணமுண்டு. வேத சர்மா எனும் அந்தணர் யாசகம் எடுத்துப் பெற்று வந்த நெல்லை சுவாமியின் நைவேத்தியத்திற்குத் தருவதாக கோயிலில் உலர்த்தி வைத்து விட்டுச் சென்றார். திடீரென மழை பிடித்துக் கொள்ள "இறைவா! உனக்கென உலர்த்தி வைத்த நெல்லை நீ தான் காத்தருள வேண்டும்" என்று வேண்டினார். மழை நின்று வந்து பார்த்தபோது நெல் இருந்த இடத்தில் மட்டும் மழை பொழியவில்லை. ஈசன் அருள் வேலியாக யிருந்து நெல்லைக் காத்ததால் ஊருக்கே நெல்வேலி எனும் பெயர் ஏற்பட்டது.

இரசித சபை

பாண்டிய நாட்டின் தலைநகரான மதுரையம்பதியே இரசித சபை என்றும் வெள்ளியம்பலம் என்றும் போற்றப்படுகிறது. ஆலவாய், நான்மாடக்கூடல், சிவராஜதானி, பூலோக கயிலாயம், கடம்ப வனம் என பல பெயர்கள் இதற்கு வழங்குகின்றன.

சிவபெருமான் சோமசுந்தரராக வந்து மீனாட்சியாக அவதரித்திருந்த அம்பிகையைத் திருமணம் செய்து கொண்டபோது மிகப் பெரிய விருந்து நடைபெற்றது. அமரரும் முனிவரும் அமர்ந்து அறுசுவை விருந்துண்டனர். ஆனால் இரு முனிவர்கள் மட்டும் உணவருந்த மறுத்து விட்டனர். காரணம் கேட்டபோது இறைவனின் திரு நடனம் காணாமல் நாங்கள் உணவருந்தியதில்லை என்றார்கள். அவர்கள்தான் புலிக்கால் முனிவரெனும் வியாக்ரபாதர், ஆதி சேஷனின் அம்சமான பதஞ்சலி முனிவர், அதையறிந்த ஈசன் அவர்கள் சொல்வது உண்மைதான் என ஏற்று அங்கேயே வெள்ளி யம்பலம் அமைத்து ஆடல் புரிந்தார்.

தென்னகத்தின் மிகச் சிறந்த பதியான மதுரை இறைவனே புலவ ரோடு அமர்ந்து தமிழாய்ந்த பதியாகும். இறைவன் அறுபத்து நான்கு திருவிளையாடல்களை நடத்திய இடமாகும். மாணிக்கவாசகர் இந்நாட்டு மன்னனுக்கு அமைச்சராகயிருந்து அவர் பொருட்டே பல திருவிளையாடல்கள் நடக்கக் காரணமாகயிருந்தார். மங்கையர்க் கரசியாரின் அழைப்பை ஏற்று மதுரைக்கு வந்த ஞானசம்பந்தர்

அனல் வாதம் - புனல் வாதம் நடத்தி சைவத்தை நிலைநாட்டினார். எண்ணற்ற பாடல்கள் பாடினார்.

நீல மாமிடற்று
ஆல வாயினான்
பால தாயினார்
ஞால மாள்வரே

யோக நிலையில் இத்தலம் துவாத சாந்தத் தலம் என அழைக்கப் படுகிறது. முப்பெரும் சக்தி பீடங்களில் ஒன்றாகவும் திகழ்கிறது.

இராஜசேகர பாண்டியன் இறைவனைப் போல் தாண்டவமாடு கையில் அவர் போல வெகுநேரம் நின்று கால்வலி எடுத்ததால், இறைவன் வெகு காலமாக இவ்விதம் நிற்கிறாரே அவருக்குக் கால் வலிக்குமே என நினைத்தான். காலை மாற்றும்படி வேண்டி அவர் அப்படிச் செய்யாததால் தன்னையே மாய்த்துக் கொள்ள முயன்றான். பெருமான் அவன் விரும்பியபடியே இடப்பாதம் ஊன்றி வலப்பாதம் உயர்த்தி நின்றார்.

கனக சபை

கனக சபை என்றும் பொன்னம்பலம் என்றும் சொல்லப்படும் தில்லையில் பெருமான் நடராசராக எழுந்தருளக் காரணமாக இருந்தவர்கள் இரு முனிவர்கள். அவர்களை நாம் இரசித சபையி லேயே கண்டோம். அவர்கள்தான் வியாக்ரபாத முனிவரும் பதஞ்சலி முனிவரும்.

தாருகாவனத்து முனிவர்கள் அனுப்பிய முயலகனைக் காலிலே போட்டு மிதித்துக் கொண்டு எம்பெருமான் நடனமாடும்போது திருமால் அருகே இருந்து பார்த்தார். ஆதிசேஷன் மீது படுத்திருந்த நேரத்தில் அதை எண்ணிப் பார்க்கும்போது அவர் உடல் பூரித்தது. ஆதிசேஷன் அதற்கான காரணத்தைக் கேட்டறிந்து தானும் அந்த நடனத்தைக் காண விரும்பி பதஞ்சலி முனிவராக தில்லைக்கு வந்தார். அவருக்கு முன்பே அதே வேண்டுகோளோடு அங்கு வந்து சிவபூஜை செய்து கொண்டிருந்த வியாக்ரபாத முனிவரோடு இணைந்தார். இருவரின் வேண்டுகோளையும் ஏற்றுக் கொண்டு ஈசன் அங்கு தாண்டவம் புரிந்தார். நடராசராக நிலை பெற்றார்.

சிவபெருமானின் திருவடிவங்கள் என பல இருந்தாலும் எப்போதும் எல்லா சிவனடியார்கள் இதயத்திலும் நிலை பெற்றிருப்பது நடராசர் திருவடிவேயாகும். ஓங்காரமாகிய திருவாசியில் நின்று ஓய்வின்றித் திருநடனம் புரிகிறார் அம்பலத்தரசன்.

அவர் அங்கு நின்று ஆடும் ஆனந்தத் தாண்டவம் பஞ்ச கிருத்தியங்கள் எனும் அவரது ஐந்து தொழில்களைக் குறிக்கிறது. அவரது வலது கரத்திலிருக்கும் உடுக்கை ஒலிக்கிறபோது அதிலிருந்து உலகங்களும் உயிர்களும் தோன்றுகின்றன. ஆக்கல் - அபயகரம் ஸ்திதி எனும் இரட்சித்தலை உணர்த்துகிறது. காத்தல் - இடது கரத்தில் இருக்கும் நெருப்பு சங்காரத்தைக் காட்டுகிறது. அழித்தல் - மாயையே வடிவான முயலகனைத் தமது பாதத்தால் மிதித்துக் கொண்டு இருக்கிறார். மறைத்தல் - தூக்கிய திருவடி அவரது அருளைக் காட்டுகிறது. அதனால்தான் திருநாவுக்கரசர் எடுத்த பாதமன்றே எம்மை ஆட்கொண்டது என்கிறார். அருளல்.

இப்படி ஆக்கல், காத்தல், அழித்தல், மறைத்தல், அருளல் எனும் பஞ்சகிருத்தியங்களை நிகழ்த்திக் கொண்டிருப்பதுதான் ஆடலரசரின் ஆனந்த தாண்டவம்.

இதை மனவாசகம் கடந்தார் மிக அருமையாக இவ்விதம் பாடுகின்றார்.

> தோற்றம் துடியதனில் தோயும் திதியமைப்பில்
> சாற்றியிடும் அங்கியிலே சங்காரம் – மூற்றமாய்
> ஊன்றும் மலர்ப்பதத்தே உற்றதிரோ தம்முத்தி
> நான்ற மலர்ப்பதத்தே நாடு

சிற்சபை, ஞானசபை, சிற்றம்பலம் என்றெல்லாம் போற்றப்படும் நடராசர் ஆலயத்தின் சிறப்புகள் சிலவற்றைக் காண்போம்.

பிரம்ம பீடத்தில் உள்ள பிரதான நான்கு தூண்கள் நான்கு வேதங்களைக் குறிப்பிடுகின்றன. ஆறு துணைத் தூண்கள் ஆறு சாஸ்திரங்களை உணர்த்துகின்றன. மண்டபத்தில் உள்ள பதினெட்டு தூண்கள் பதினெண் புராணங்களுக்கு அடையாளமாக விளங்குகின்றன.

பொன்னம்பலத்தின் மேலே உள்ள ஒன்பது கலசங்கள் நவசக்திகளைக் குறிப்பிடுகின்றன. நடராசருக்கு முன்னால் உள்ள ஐந்து

வெள்ளிப்படி பஞ்சாட்சத்தைக் குறிப்பிடுகின்றன. அதனால் அதை பஞ்சாரப்படி என்றே பக்தியோடு தொட்டு வணங்குகிறார்கள்.

பொன்னம்பலத்தில் போடப்பட்டிருக்கும் ஓடுகள் மனிதன் தினமும் விடும் மூச்சுக்காற்று 21,600 என்பதால் அதன்படியே போடப்பட்டுள்ளன. அதில் பொருத்தப்பட்டிருக்கும் ஆணிகள் நமது சுவாச சஞ்சாரத்தைக் காட்டும் நாடிகள் 72,000 என்பதால் அதற்கேற்பப் பொருத்தப்பட்டிருக்கின்றன.

இவையனைத்திற்கும் மேலாக உலகையே உடலாக கொண்ட விராட்புருஷனுக்கு மூலாதாரம் திருவாரூர், நாபி திருவானைக்கா, மணிபூரகம் திருவண்ணாமலை, கண்டம் திருக்காளத்தி, புருவ மத்தி காசி என்றெல்லாம் வகுத்த நம் சான்றோர்கள் இவை அனைத் திற்கும் ஆதாரமான இதயம் சிதம்பரம் என்று வரைந்திருக்கிறார்கள் என்றால் தில்லையின் சிறப்பிற்கு வேறென்ன சான்று வேண்டும்?

இரத்தின சபை

தொண்டை நாட்டுத் திருத்தலமான திருவாலங்காடு பஞ்ச சபைகளில் இரத்தின சபையாக விளங்குகிறது. மணியம்பலம் என்றும் சொல்லப்படும். இறைவன் ஆலங்காட்டீசுவரர். இறைவி வண்டார்குழலி.

சிவபெருமான் காளியின் ஆவேசத்தை மாற்ற நிருத்தவாதம் தொடங்கி தாண்டவம் புரிகிறார். அதற்கு சமமாக காளியும் ஆடு கிறாள். அப்பொழுது சுவாமி ஊர்த்துவ தாண்டவமாக ஒரு காலை தமது சிரம் வரை உயர்த்துகிறார். ஆவேசமாக ஆடிக்கொண்டிருந் தாலும் காளி பெண்ணானதால் நிதானித்து நின்று விடுகிறாள். அதனால் இங்கு ஊர்த்துவ தாண்டவ மூர்த்தி பிரசித்தம்.

காரைக்காலம்மையார் கைலைக்கு தலையாலேயே படிகளில் ஏறிச் சென்று கண்டு தான் இறைவனின் தாண்டவத்தைக் காண வேண்டு மென்று கேட்க, ஆலங்காட்டிற்கு வா என்று அருள் புரிகிறார் ஆலமுண்ட ஈசன். அவ்விதமே வந்து இறைவனின் தாண்டவத்தைக் கண்டு அவர் பாடிய பதிகங்கள் திருமுறையில் மூத்த திருப் பதிகங்கள் என்றே போற்றப்படுகின்றன.

கொங்கை திரங்கி நரம்பெழுந்து
குண்டுகண் வெண்பல் குழிவயிற்றுப்
பங்கி சிவந்திரு பற்கள்நீண்டு
பரடுயர் நீள்கணைக் காலோர்பெண் பேய்
தங்கி அலறி உலருகாட்டில்
தாழ்சடை எட்டுத் திசையும்வீசி
அங்கம் குளிர்ந்து அனலாடுமெங்கள்
அப்பன் இடம்திரு ஆலங்காடே

என்று தொடங்கிப் பாடி ஆடல் கண்டு எடுத்த திருவடிக் கீழிருந்து சிவானந்த இன்பத்தை அனுபவித்துக் கொண்டிருக்கிறார் காரைக்காலம்மையார்.

பஞ்ச சபைகளில் மற்ற நான்கு சபைகள் இகவாழ்வின் நலங்கள் அளிக்க இது முக்தியைத் தரும் சபை எனப்படுகிறது. அதனால் அங்கெல்லாம் உள்ளது போல் இங்கு கூட்டமில்லை. எவருக்கும் விரைவாக முக்தி பெற வேண்டும் என்ற விருப்பம் இருக்காதல்லவா?

சங்க இலக்கியங்களில் சிவபெருமானைப் பற்றி வரும் சில வரிகளை அங்கங்கு பார்த்தோம். எவ்வளவு அற்புதமான சொற்களால் சங்க இலக்கியம் அவர் பெயரைச் சொல்கின்றன என்பதைப் பார்க்கும் போது உடல் சிலிர்க்கிறது.

ஆதிரை முதல்வன், ஆலமர்க் கடவுள்,
ஆனேற்றுக்கொடியோன், ஈர்ஞ்சடை அந்தணன்,
எரிதிகழ்கணிச்சியான், ஏற்றூர்தியான்,
கறைமிடற்றண்ணல், காரியுண்டிக் கடவுள்,
சடையன், செவ்விடைப் பாகன்,
தாழ்சடைக் கடவுள், நீர்ச்சடைக் கரந்தோன்,
நீலமிடற்றொருவன், புதுத்திங்கட்கண்ணியான்,
மணிமிடற்றண்ணல், மழுவாள்நெடியோன்,
முக்கட்செல்வன், மணிமிடற் றண்ணல்

மேலும் சில அரிய கவிதை வரிகளைக் காண்போமா?

'நன்றாய்ந்த நீள்நிமர் சடைமுது முதல்வன்'

'ஒருகணை கொண்டு மூவெயில் உடற்றி'

- புறம்

'ஆல முற்றம் கவின்பெறத் தையிய'

- அகம்

'பிறவா யாக்கைப் பெரியோன் கோயிலும்'
'நுதல்விழி நாட்டத்து இறையோன் முதலாய்'

- சிலம்பு

'ஆலமர் செல்வன் மகன்விழாக் கால்கோள்'

- மேகலை

'நாகம் நாணாய் மலைவில்லாக மூவகை ஆரெயில்
ஓரழல் அம்பின் முனிய'

- பரிபாடல்

இமையவில் வாங்கிய ஈர்ஞ்சடை அந்தணன்
உமையமர்ந்து உயர்மலை இருந்தன னாக
ஐயிறு தலையின் அரக்கர் கோமான்
தொடிப்புலி தடக்கையின் கீழ்ப்புகுந்து அம்மலை
எடுக்கல் செல்லாது உழப்பவன் போல

- குறிஞ்சிக்கவி

சிவ விரதங்கள் சிலவற்றைக் காண்போம்.

கார்த்திகை மாதம் திங்கட்கிழமை தோறும் கடைப்பிடிக்கப்படும் சோமவார விரதம்.

மார்கழி மாதம் திருவாதிரை நட்சத்திரத்தில் சபாநாயகரைக் குறித்து அநுட்டிக்கப்படும் திருவாதிரை விரதம்.

புரட்டாசி மாதம் சுக்கிலபட்ச அட்டமி முதல் 21 நாட்கள் மேற் கொள்ளப்படும் கேதார விரதம்.

பங்குனி மாதம் உத்திர நட்சத்திரத்தில் கடைப்பிடிக்கப்படும் கலியாண சுந்தர விரதம்.

வைகாசி மாதம் சுக்கிலபட்ச அட்டமியில் இடப வாகனராக சிவத்தை வழிபடும் இடப விரதம்.

சித்திரை மாதம் பௌர்ணமியில் வரும் சித்ரா பௌர்ணமி விரதம்.

ஒவ்வொரு மாதமும் சுக்கில பட்சம், கிருஷ்ண பட்சம் இரண்டிலும்

அநுட்டிக்கப்படும் பிரதோஷ விரதம்.

இவ்விதம் சிவபெருமானுக்கென விரதங்கள் இருந்தாலும் மிகவும் பிரசித்தமாக விளங்குவது சிவராத்திரி விரதம்.

சிவராத்திரி

மாசி மாதம் தேய்பிறை சதுர்த்தசியில் வரும் இந்த சிவராத்திரியை விழாநிசி, பிரகாசம், பிரம்ம சொரூபம், மகா யாகம், சகல புவனம், சத்தியம் என்றெல்லாம் சான்றோர்கள் போற்றுகின்றனர்.

சிவபெருமான் லிங்கோத்பவராகக் காட்சி தந்த சிவராத்திரி நாளில் இரவு கண் விழித்து விரதமிருப்பதைத்தான் சிவராத்திரி விரதம் என்கிறோம்

சிவம் லிங்கோத்பவராகக் காட்சி தந்த வரலாற்றைக் கண்டால்தான் விரதத்தின் மகிமை முழுமையாகத் தெரியும். அந்த வரலாறு அடிமுடி தேடிய கதை என்ற பெயரில் பிரசித்தமாக விளங்குகிறது.

பிரம்ம தேவர் பதினான்கு லோகங்களையும், பதினெட்டு கணங்களையும் படைத்தார். தமது படைப்புகளைக் கண்டு பெருமித மடைந்து மிகுந்த கர்வத்தோடு சிரித்து "இத்தகைய அற்புதப் படைப்புகளைத் தந்த நானே பெரியவன்" என்றார்.

அப்போது அவரது சிரிப்பையும் மீறிக்கொண்டு பலமான சிரிப் பொலி எழுந்தது. யாரென்று பார்க்க திருமால் அவர் முன் தோன்றி னார். "பிரம்மதேவா! எனது உத்திக் கமலத்தில் தோன்றிய நீ எப்படி என்னை விடப் பெரியவனாக இருக்க முடியும்? நீ படைத்தவற்றைக் காக்க வேண்டியவன் நானல்லவா! அதனால் நான்தான் உன்னை விடப் பெரியவன்" என்றார்.

"படைப்புகளே இல்லாமல் போனால் காக்கும் பணி உமக்கு ஏது? அதனால் நான்தான் பெரியவன்".

"காக்கப்படாவிட்டால் ஆக்கியவை இருக்காதே! அதனால் நான் தான் பெரியவன்".

"நான்தான் பெரியவன்!"

"நான்தான் பெரியவன்"

இப்படிச் சிறிது நேரம் வாதாடிக் கொண்டிருந்த பிரம்மதேவர் கோபம் கொண்டு, "யார் பெரியவன் என்பதைப் போர்ப் புரிந்து தீர்மானிப்போம்'' என தனது வில்லையெடுத்து அதில் பிரம்மா ஸ்திரத்தைத் தொடுத்தார்.

அதைக் கண்ட திருமால் "அவ்வளவு ஆணவமா உனக்கு? எனது வைஷ்ணவாஸ்திரத்திற்கு முன்னால் உனது அஸ்திரம் ஒரு கணமா வது எதிர்த்து நிற்கிறதா என்று பார்'' என்று தமது வில்லில் அஸ்திரத்தைத் தொடுத்தார்.

இரு அஸ்திரங்களும் பாய்ந்தால் அண்ட சராசங்களும் அழிந்து விடும் என்ற நிலையில் இருவருக்கும் இடையில் ஒரு ஜோதி எழுந்தது. ஒரு கணத்தில் மேலேழு லோகங்களையும் கடந்து சென்றது. கீழேழு லோகங்களையும் ஊடுருவிச் சென்றது.

பிரம்ம விஷ்ணுக்கள் திகைப்படைந்தார்கள். அப்போது ஒரு அசரீரி ஒலித்தது. "இந்த ஜோதியின் அடியையோ, முடியையோ யார் காண் கிறீர்களோ அவர்களே பெரியவர்" என்றது.

மறுகணமே அன்னப்பட்சி வடிவமெடுத்து பிரம்மதேவர் மேலே சென்றார். நீண்ட தூரம் பறந்து சென்றும் அவரால் காண முடிய வில்லை.

சுவேத வராகம் என சொல்லப்படும் வெள்ளைப் பன்றியின் வடிவ மெடுத்து மகாவிஷ்ணு பூமியைக் குடைந்து கொண்டு சென்றார். அவராலும் காண முடியவிலலை. இதைத்தான் திருமூலர்,

ஆர்அறி வார்எங்கள் அண்ணல் பெருமையை
ஆர்அறி வாரதன் அகலமும் நிகணமும்
பேர்அறி யாதபெருஞ்சுடர் ஒன்றுஅதன்
வேரறி யாமை விளம்பு கின்றேனே

என்கிறார். பிரம்ம விஷ்ணுக்களே தேடிக் காண முடியாத பெருஞ் சுடரைப் பற்றி யார்தான் விளக்க முடியும்?

கீழே சென்ற திருமால் நீண்ட தூரம் தேடிச் சென்றும் காண முடியாததால் திரும்பி வந்துவிட்டார். ஆனால் பிரம்ம தேவர் மேலே மேலே சென்று கொண்டிருந்தார்.

அன்னப்பட்சியான பிரம்ம தேவருக்கு பெரும் தளர்ச்சி ஏற்பட்டது. சிறகுகள் சோர்ந்து விட்டன. அந்த நிலையில் மேலே யிருந்து ஒரு தாழம்பு கீழே வந்து கொண்டிருக்க, அதை நிறுத்தி எங்கிருந்து வருகிறாய் என்று கேட்டார். ஜோதியின் உச்சியில் இருந்து நீண்ட நேரமாக வந்து கொண்டிருப்பதாய் சொல்ல, இதற்கு மேலும் தான் சென்று பார்ப்பது சாத்தியமல்ல என்பது அவருக்குப் புரிந்து விட்டது. உடனே தாழம்பூவிடம், ''நான் ஜோதியின் உச்சியைப் பார்த்தேன் என்று பொய் சொல்கிறேன். நீ அதை ஆமோதித்து ஆமாம்! இவர் பார்த்தார் என்று பொய் சாட்சி சொல்ல வேண்டும்'' என்றார். தாழம்பூவும் அதை ஏற்றுக்கொள்ள இருவரும் கீழே வந்தனர்.

அங்கு திருமால் வந்து சோர்வோடு அமர்ந்திருப்பதைக் கண்ட பிரம்ம தேவர், அவர் அடியைக் காணாது திரும்பி வந்துவிட்டார் என்பதையறிந்து அலட்சியமாகச் சிரித்து ''நான் இந்த ஜோதியின் முடியைக் கண்டுவிட்டேன். அதற்கு அந்த முடிமேல் இருந்த தாழம்பூவே சாட்சி'' என்றார். தாழம்பூ உடனே ''ஆமாம்! இவர் பார்த்தார் என்பதற்கு நான் தான் சாட்சி!'' என்றது.

மறுகணம் அந்த ஜோதி பெரும் ஒலியுடன் குறுகத் தொடங்கியது. குறுகிக் குறுகி வந்து சிவலிங்க வடிவமானது. அதற்குள்ளிருந்து ஐந்து சிரங்களோடும், பத்து கரங்களோடும் லிங்கோத்பவராக சிவ பெருமான் தோன்றினார். இதைத்தான் ''திகழ்தசக் கரச் செம்முகம் ஐந்துளான்'' என கந்தபுராணத்தின் முதல் வரி பாடுகிறது.

சிவபெருமான் பிரம்மதேவரைப் பார்த்து, ''நீர் ஜோதியின் முடியைக் காணாமலே திரும்பி வந்துவிட்டுப் பார்த்தேன் என்று பொய் உரைத்தீர். அதனால் இனி புவியில் உமக்குக் கோயில்களே இல்லா மல் போகட்டும்! உனக்காக பொய்சாட்சி சொன்ன தாழம்பூ சிவ பூஜைக்கு உதவாமல் போகட்டும்'' என்று சபித்தார். அதன் பின் திருமாலைப் பார்த்து, ''நீர் ஜோதியின் அடியைக் காண முடிய வில்லை என்று உண்மையை உரைத்ததால் இது நிகழ்ந்த இந்தக் காலம் சுவேத வராக கற்பம் எனப் போற்றப்படட்டும்'' என்றார்.

இப்படி இருவரும் தேடிக் காண முடியாமல் போன இரவுதான் சிவராத்திரியானது என்பதை பிரம்மதேவர் இந்திரனிடம் சொல்வ

தாக அமைத்து கந்தபுராணத்தில் கச்சியப்ப சிவாச்சாரியார் இவ்விதம் பாடுகிறார்.

> அரியும் யானும் தேடும் அவ்வனல்கிரி அனல
> கிரியெ னும்படி நின்றதால் அவ்வொளி கிளர்ந்த
> இரவதே சிவராத் திரியென ஆனது இறைவனைப்
> பரவி உய்ந்தனர் அன்னதோர் வைகலில் பலரும்

இந்த வரலாற்றில் நாம் காண வேண்டிய ஓர் அறிய தத்துவம் அமைந்துள்ளது. பிரம்மா கலைமகள் நாயகன். கல்விக்கு அதிபதி. அவர் மேலே சென்றார். காண முடியவில்லை. திருமால் திருமகள் நாயகர். செல்வத்திற்கு அதிபதி. அவர் கீழே சென்றார். காண முடியவில்லை. என்ன பொருள்? கல்விச் செருக்காலோ, செல்வச் செருக்காலோ நீ இறைவனைக் காண முடியாது. "பக்தி வலையில் படுவோன் காண்க" என்பதற்கேற்ப பக்தி ஒன்றினால்தான் காண முடியும் என்பது பொருள்.

விரதநெறி

அனற்பிழம்பாக நின்ற இறைவனை அம்பிகை நான்கு ஜாமத்திலும் எவ்விதம் வழிபட்டாளோ, அவ்விதமே இன்று அனைவரும் வழிபடு கின்றனர். சிவாலயங்களில் நான்கு கால பூஜை நடைபெறுகிறது. அன்றைய பகல் முழுதும் உபவாசம் இருந்து ஒவ்வொரு ஜாமப் பூஜையிலும் அளிக்கப்படும் நிவேதனத்தை உண்பது சிறப்புக்குரிய தாகும்.

முதல் ஜாமத்தில் பஞ்சகவ்ய அபிஷேகம் செய்து சந்தனம் சாத்தி, வில்வம் இட்டு, பச்சை பயற்றுப் பொங்கல், சுத்த அன்னம் ஆகிய வற்றை நிவேதனம் செய்ய வேண்டும்.

இரண்டாம் ஜாமத்தில் சர்க்கரை, பால், தயிர், நெய், தேன் கலந்த பஞ்சாமிர்தத்தால் அபிஷேகம் செய்து அகில் சாத்தி, துளசி அல்லது தாமரை இட்டு பாயசம், பலாப்பழம் இவற்றை நிவேதனம் செய்ய வேண்டும்.

மூன்றாம் ஜாமத்தில் கொம்புத் தேனால் அபிஷேகம் செய்து பச்சைக் கற்பூரம் சாத்தி, ஜாதி மல்லி இட்டு, எள் அன்னம் நிவேதனம் செய்ய வேண்டும்.

நான்காம் ஜாமத்தில் கருப்புச்சாறு அபிஷேகம் செய்து குங்குமப்பூ இட்டு நந்தியாவர்த்தம் அல்லது நீலோற்பலம் சாத்தி, கோதுமையில் செய்த பலகாரங்கள் மற்றும் பழங்களை நிவேதனம் செய்ய வேண்டும்.

தங்கள் வீட்டின் பூஜை அறையில் இவ்விதம் எல்லாம் செய்ய இயலாதவர்கள் அருகில் இருக்கும் சிவாலயத்திற்குச் சென்று, இவற்றுள் எதையெல்லாம் தங்களால் வாங்கி தர முடியுமோ தந்து, அங்கு நடக்கும் நான்கு காலப் பூஜையில் பங்கு கொண்டால் சிவராத்திரி விரதத்தின் முழுப் பலனையும் பெறலாம்.

இந்த விரதத்தைத் தொடங்கி வைத்து வழிகாட்டியவள் அம்பிகை என்பதால் இக வாழ்வின் நலமனைத்தையும் நமக்கு வழங்குவாள்.

இந்த விரதம் சிவபரம் பொருளுக்கு உரியது என்பதால் மங்கலங்கள் யாவையும் தந்து பரவாழ்வின் முக்திப் பேற்றையும் அருள்வார். நாம் அனைவரும் சிவராத்திரி விரதத்தைக் கடைப்பிடித்து சகல மங்கலங்களையும் பெறுவோமாக!

ௐ

இந்து சமயச் சடங்குகளும் தத்துவங்களும்

நம் இந்து சமயம் உலகிலுள்ள சமயங்கள் அனைத்திற்கும் முற்பட்ட உன்னதமான சமயம். நான்கு வேதங்கள், ஆறு சாஸ்திரங்கள், பதினெண் புராணங்கள், இருபத்தெட்டு ஆகமங்கள், அறுபத்து நான்கு கலை ஞானங்கள், தொன்னூற்று ஆறு தத்துவங்கள் என பரந்து விரிந்திருப்பது இந்து சமயம்.

அதேநேரம் இந்து சமயத்தில் எண்ணற்ற சடங்குகள் இருப்பதால் பிற சமயத்தாருக்கு அவை வினோதமாகத் தோன்றியது போக, நம்மில் பலரே அவற்றைப் பற்றி கேலியாகப் பேசும் நிலை ஏற்பட்டு விட்டது.

இந்தச் சடங்குகள் எப்படி தோன்றின? நமது புராணங்கள் அவற்றைப் பற்றிச் சொல்வதால் அதிலிருந்து தோன்றின. புராணங்கள் ஏன் தோன்றின? மானுடம் மேன்மையுறுவதற்காக அரிய தத்துவங்களைச் சொல்வதற்கென தோன்றின.

ஆக தத்துவங்கள், அவற்றைப் பற்றி சொல்லும் புராணங்கள், அவற்றின் மூலம் ஏற்படுத்தப்பட்ட சடங்குகள் என நம் சமய நெறிகள் ஒன்றோடு ஒன்று பின்னிப் பிணைந்துள்ளன.

ஆனால் இன்று அவற்றின் நிலை என்ன? தத்துவங்கள் மறைக்கப் பட்டு விட்டன. புராணங்கள் பழிக்கப்படுகின்றன. சடங்குகள் இழிவுபடுத்தப்படுகின்றன.

அதையும் மீறி சமய நெறிகள் ஒரேயடியாகத் தளர்ந்து போகாமல் இன்றும் நீடித்திருக்கிறதென்றால் அதற்கு ஒரே காரணம் ஒவ்வொரு இல்லத்திலுமுள்ள தாய்மார்கள்தான். அவர்கள்தான் அந்தச் சடங்கு களைப் பிடிவாதமாக இன்னும் இழுத்து பிடித்து காப்பாற்றிக் கொண்டிருக்கிறார்கள்.

ஆனால் ஆண்களோ "இன்று வெள்ளிக்கிழமை. சீக்கிரம் கூட்டிப் பெருக்கி தீபமேற்ற வேண்டும். சீக்கிரம் எழுந்திருங்கள்" என்று தனது தாயோ, தாரமோ வந்து சொன்னால் "உனக்கு அமாவாசை, கிருத்திகை, வெள்ளிக்கிழமைன்னு எதுவும் வந்து விடக்கூடாதே! நிம்மதியா தூங்கவிடாம எழுப்பிடுவியே" என்பார்கள்.

ஆனால் இப்படி ஏற்படுத்தப்பட்டிருக்கும் ஒவ்வொரு சடங்குகளி லும் எவ்வளவு தத்துவங்கள் இருக்கிறது என்பதை அறிந்து கொண் டால் அவர்கள் வியந்து போவார்கள். எல்லாம் சடங்குகளைப் பற்றியும் நம்மால் பார்க்க முடியாது என்றாலும் பிரதானமாகக் கடைப்பிடிக்கப்படும் சில சடங்குகளைப் பற்றி விரிவாகக் காண் போம்.

வலது காலை எடுத்து வைத்து வா என்பது எதனால்?

ஒரு பெண்ணுக்கு திருமணமாகி கணவனோடு புகுந்த வீட்டுக்கு வரும்போது வாசற்படியருகே நிற்கும் அப்பெண்ணின் மாமியார் "மருமகளே! வலது காலை எடுத்து வைத்து வா!" என்கிறாள். அந்தப் பெண்ணும் அதன்படியே வலது காலை முதலில் வீட்டிற்குள் வைத்து உள்ளே நுழைகிறாள். இது காலங்காலமாக நடந்து வரும் இந்துமதச் சடங்குகளில் ஒன்றாகும்.

நாம் இதைப் பற்றி வேறு விதமாகச் சிந்தித்துப் பார்ப்போம். அதேபோல் ஒரு வீட்டிற்குள் நுழையும்போது ஒரு பெண்ணை மாமியார் மரபுப்படி அப்படிச் சொல்கிறாள். அந்தப் பெண் சற்று விவகாரமான பெண். அவள் கேட்கிறாள் "ஏன் அத்தை! இடது

காலும் என் கால்தானே? நான் அதை எடுத்து வச்சி வந்தா என்ன" என்கிறாள்.

அடுத்த நிமிடம் என்ன நடக்கும்? மாமியார் கொதித்துப் போய் விடுவார். அவரால் அதைத் தாங்க முடியாது. "அடிப்பாவி! வீட்டுக் குள்ள நுழைறதற்கு முன்னாடியே என்னை எதிர்த்துப் பேசறாளே, வாசப்படியை தாண்டறதுக்கு முன்னாடியே கேள்வி கேட்கிறாளே! உள்ள வந்த பிறகு என்னென்ன கேள்வி கேட்பாளோ?" என்று அங்கேயே புலம்பத் தொடங்கி விடுவார். ஆனால் மருமகள் கேட்ட கேள்விக்கு விடை சொல்வாரா என்றால் சொல்ல மாட்டார். ஏனென்றால் அவருக்கு அது தெரியாது. சற்று அமைதியான மாமியாராக இருந்தால், "என்னமோ அம்மா... நான் இந்த வீட்டுக்கு வாழ வந்தபோது என் மாமியார் அப்படித்தான் சொன்னார். அதைத்தான் நான் உனக்கு சொன்னேன்" என்பார். ஆனால் அந்த வாசகத்தின் பொருள் மிகவும் உன்னதமானது. அது என்ன என்பதை பார்ப்போம்.

ஒருவரது நாசியில் வலது பக்கம் ஓடுவது சூரிய நாடி. இடது பக்கம் ஓடுவது சந்திர நாடி. சூரியன் எப்படிப்பட்டவன்? நெருப்புக் கோளமாய் என்றென்றும் பிரகாசித்துக் கொண்டிருப்பவன். எப்போதும் நிலைத்திருப்பவன். சந்திரன் எப்படிப்பட்டவன்? தனக்கென சுயமாக ஒளியில்லாதவன். சூரிய ஒளியைப் பெற்று பிரதிபலிப்பவன். அத்தோடு தேய்ந்து தேய்ந்து வளருபவன்.

ஒரு பெண் புகுந்த வீட்டிற்கு வரும்போது அந்தக் குடும்பம் யார் மூலமோ வாழ்ந்தால் போதும். சில நாட்கள் அவ்வப்போது சிரமப் பட்டால் தவறில்லை என்று யாராவது நினைப்பார்களா? சுய பலத்தில் பிரகாசிப்பதாகவும், நிலையானதாகவும் இருக்க வேண்டும் என்று தானே நினைப்பார்கள். அதனால்தான் மருமகளே! சூரியநாடி ஓடக்கூடிய வலது பாகத்துக்குரிய வலது காலை எடுத்து வைத்து வா! அதன் மூலம் இந்தக் குடும்பம் சூரியனைப் போல் தன் சுய பலத்தில் ஒளிவிட்டுப் பிரகாசிக்கட்டும். சூரியனைப்போல் நிலைத்திருக்கட்டும் என்று சொல்வதற்காகத்தான் வலது காலை எடுத்து வைத்து வா! என்று சொல்லப்பட்டு அது ஒரு சடங்காகவே கடைப்பிடிக்கப்படுகிறது.

ஏன் திருநீறு அணிய வேண்டும்?

ஒவ்வொரு சமயத்தைச் சார்ந்தவர்கள் பற்றியும் நாம் அறிந்து கொள்ள சில அடையாளங்கள் உள்ளன. சைவர் என்றால் நெற்றியில் திருநீறு அணிந்திருக்க வேண்டும். வைணவர் என்றால் திருமண் சாத்த வேண்டும். பெண்கள் குங்குமம் இட்டுக் கொள்ள வேண்டும். இவையெல்லாம் வெறும் சடங்குகள் மட்டுமல்ல; இவை ஒவ்வொன்றிற்கும் தத்துவங்கள் உண்டு.

ஒரு மனிதன் எவ்வளவு உயர்ந்த நிலையில் இருந்தாலும், தாழ்ந்த நிலையில் இருந்தாலும், எவ்வளவு செல்வந்தனாக இருந்தாலும், இல்லாதவனாக இருந்தாலும், எத்தகைய கல்வி கற்றப் பண்டிதனாக இருந்தாலும், ஏதும் கற்காத பாமரனாக இருந்தாலும் என்றேனும் ஒரு நாள் மடியத்தான் வேண்டும். அப்போது அந்தச் சடலம் எரிக்கப் படத்தான் வேண்டும். முடிமன்னரானாலும் பிடி சாம்பலாவார் என்பது மறுக்க முடியாத உண்மை.

இப்படி உன் உடலும் இந்த நிலையை அடையும் என்பதை உணர்த்துவதற்காகத்தான் சாம்பலை எடுத்து நெற்றியில் மூன்று கோடாக தரித்துக் கொள்ள வேண்டும் என அமைத்தார்கள். அதை எடுத்துப் பூசும்போதெல்லாம் நாளை நமதுடலும் இவ்விதமாக மாறத்தான் போகிறது. அதனால் இருக்கும் வரை இயன்ற நற் காரியங்களைச் செய்து கொண்டு நேர்மையாக வாழ வேண்டும் என்பதை நினைவுப்படுத்தத்தான் இவ்விதம் அமைத்தார்கள்.

"மந்திரம் ஆவது நீறு; வானவர் மேலது நீறு" என்று தொடங்கி ஞான சம்பந்தர் பாடிய திருநீற்றுப் பதிகம் அதன் பெருமையை விரிவாகச் சொல்கிறது. திருநீறு நம்மைப் பரிசுத்தமாக்குகிறது. பாவங்களில் இருந்து விடுபடச் செய்கிறது. சகல சங்கடங்களையும் நீக்குகிறது. சம்பத்துக்களை அளித்து சௌபாக்கியத்தோடு வாழச் செய்கிறது. இவை அனைத்திற்கும் மேலாக பூத, பிரேத, பைசாச, ராட்சச கணங் களிடமிருந்து நம்மைக் காப்பாற்றுகிறது. அதற்கும் மேலாக வீடு பேற்றை அடையச் செய்கிறது என்று நம் சான்றோர் பெருமக்கள் சாஸ்திரங்களில் மிகத் தெளிவாகச் சொல்லி இருக்கின்றனர்.

திருநீறு மூன்று விரல்களால் மூன்று கோடுகளாகக் தரிக்கப் படுவது ஏன்? அவை பிரணவ மந்திரமான ஓங்காரத்தில் இருக்கும் மூன்று அட்சரங்களைக் குறிக்கின்றன. மோதிர விரல் அகரம், நடுவிரல் உகரம், ஆள்காட்டி விரல்தான் மகரத்தின் சொரூபம். இவ்விதம் மூன்று கோடுகளாய் திருநீற்றை அணிவதின் மூலமாக நாம் ஓங்காரமான பிரணவத்தையே நமது நெற்றியில் தாங்கி இருக்கிறோம்.

திருமண் சாத்துவது ஏன் ?

நாம் காணும் இந்த பூமி முழுவதும் ஒரு காலத்தில் நீருக்குள்ளேதான் கிடந்தது. என்றேனும் ஒரு நாள் மீண்டும் நீருக்குள்ளேதான் போகப் போகிறது.

இதை உணர்த்துவதற்காகத்தான் திருமண்ணை உள்ளங்கையில் வைத்துத் தண்ணீரை ஊற்றி குழைத்து நாமமாக இட்டுக் கொள் கிறார்கள். இந்த மண் இந்த நீரில் கரைந்து போவதுபோல் இந்த பூமியும் என்றென்றும் ஒரு நாள் ஊழிப் பெரு வெள்ளத்தில் ஒன்று மில்லாமல் மூழ்கிக் கரைந்து போகும் என்பது இதன் மூலம் உணர்த்தப்படுகிறது.

நெற்றியில் நாமம் அணிந்திருக்கும் பெரும்பான்மையான பெருமாள் பக்தர்களிடம் அதைப் பற்றி கேட்டால் பெருமானின் பாதங்களை எங்கள் மேனியில் தரித்திருக்கிறோம் என்பார்கள். உயர்ந்த பக்திக்கு அடையாளமாக விளங்கக்கூடிய உன்னதமான விளக்கம் அல்லவா அது?

குங்குமம் இடுவது ஏன்?

நம் நெற்றியில் நரம்புகள் இணையும் மையப்பகுதி புருவ மத்தியில் உள்ள நெற்றிப் பொட்டு. ஒரு பெண்ணை வசியம் செய்ய நினைக்கும் மாந்திரிகனோ, ஹிப்னாடிசம் பயின்ற மெஸ்மரிச வாதியோ அந்த இடத்தை உற்று நோக்குவதின் மூலமே அதைச் செய்வார்கள். ஆனால் அந்த இடத்தில் அம்பிகையின் குங்குமத்தை வைத்து விட்டால் அது அவர்களின் நெற்றிக் குங்குமத்தைக் கடந்து உள்ளே செல்ல முடியாது.

இப்படிச் சொல்லும்போது கைம்பெண்ணாக இருப்பவர்கள் நிலை என்ன என்று கேள்வி எழுப்பப்பட்டதுண்டு. அதனால்தான் ஒரு காலத்தில் அவர்கள் எங்கும் செல்லக்கூடாது என வீட்டிலேயே முடக்கி வைக்கப்பட்டார்கள். இப்போது கால மாற்றத்தில் அவர்கள் எங்கும் செல்லலாம். பொட்டு வைத்துக் கொள்ளலாம் என்ற நிலை ஏற்பட்டு விட்டது. ஏனென்றால் கணவன் வருவதற்கு முன்பே, சிறுவயது முதலே வைத்துக் கொண்டதுதானே பொட்டு. இப்போதும் அதை இடுவதில் என்ன குறையிருக்கிறது என்ற கேள்வி எழுப்பப்படுகிறது. ஒரு நியாயமானதாகவும் இருக்கிறது.

பொட்டு வைப்பதில் உள்ள மற்றொரு பிரச்சனையையும் நாம் பார்க்க வேண்டும். நாகரீக முதிர்ச்சி நவீனம் என்று ஸ்டிக்கர் பொட்டுகளை வைக்கத் தொடங்கி விட்டார்கள் பெண்கள். மஞ்சள் சேலை கட்டி மஞ்சள் ரவிக்கை போட்டு, பின்னால் உள்ள ரிப்பனும் மஞ்சள் என்றால் மஞ்சள் நிற ஸ்டிக்கர். பச்சை சேலை கட்டி பச்ச ரவிக்கைப் போட்டு பச்சை ரிப்பன் கட்டினால் பச்சை நிற ஸ்டிக்கர் மேட்ச் ஆக இருக்க வேண்டுமென்று இப்படியெல்லாம் செய்வது குங்குமத்தை இட்டுக்கொண்ட பலனைத் தராது. அதனால் அம்பிகையின் குங்குமத்தை இடுவதே முறையானதாகும்.

ருத்திராட்சம் அணிவதின் பலன் என்ன?

ருத்திரன் என்பது சிவத்தைக் குறிக்கும். அட்சம் என்பது கண். அவரது கண்ணிலிருந்து தோன்றியது ருத்திராட்சம். அதனால் அதை அணிவது சைவத்தின் சிறப்பாக விளங்குகிறது. ஒரே ஒரு ருத்தி ராட்சத்தை கழுத்தில் அணிந்து கொள்பவர்களும் உண்டு. நிறைய ருத்திராட்ச மாலைகளை அணிந்து கொண்டிருப்பவர்களும் உண்டு.

இந்த ருத்திராட்சங்களில் ஒருமுக ருத்திராட்சம் முதல் 21 முக ருத்திராட்சம் வரை உண்டு. ஒவ்வொன்றுக்கும் ஒவ்வொரு விதமான பெயரும் பலனும் சொல்லப்பட்டுள்ளது. அவற்றில் சிலவற்றைக் காண்போம்.

ஒரு முகம் கொண்ட ருத்திராட்சம் சிவம் என்றே சொல்லப்படுகிறது. அதை அணிவதின் மூலம் பிரம்மஹத்தி தோஷம் நீங்கும். செல்வச் செழிப்பும் வெற்றியும் உண்டாகும்.

ஐந்து முகங்கள் கொண்டது ருத்திரன் என்றே அழைக்கப்படுகிறது. இதை அணிவதின் மூலம் நோய்கள் விலகும். எதிரிகளை வெல்லக் கூடிய திறமை உண்டாகும். ஆழ்ந்த உறக்கம் ஏற்படும்.

ஆறு முகங்கள் கொண்ட ருத்திராட்சம் சுப்பிரமணியம் எனப்படும். இதை அணிவதின் மூலம் சிசுஹத்தி தோஷம் விலகும். தொழிலில் நல்ல முன்னேற்றம் ஏற்படும்.

பதினான்கு முகங்கள் கொண்டது ஆஞ்சநேயம் எனப்படும். இதன் மூலம் சங்கடங்கள் யாவும் விலகிப் போகும். தொழிலில் நல்ல முன்னேற்றம் ஏற்படும்.

பதினைந்து முகங்கள் கொண்ட ருத்திராட்சத்தை அணிவதின் மூலம் ஆன்மீகத்தில் ஈடுபாடு ஏற்படும். மன நிம்மதி கிடைக்கும்.

பத்தொன்பது முகங்கள் கொண்டது மகாவிஷ்ணு எனப்படும். இதை அணிவதால் எண்ணங்கள் நிறைவேறும். பெற்ற செல்வங்கள் பாதுகாக்கப்படும்.

இருபத்தொன்று முகங்கள் கொண்டது குபேரன் எனப்படும். இதை அணிந்து கொள்வதின் மூலம் செல்வங்கள் சேரும். தன்னம்பிக்கை உண்டாகும்.

அரசாணிக்கால் வைப்பது ஏன்?

நமது இந்து சமயத் திருமணங்கள் மிகவும் சிறப்பானவை. ஒரு காலத்தில் ஐந்து நாட்கள், பத்து நாட்கள் என்றெல்லாம் நடந்த திருமணங்கள் தற்போதெல்லாம் காலையில் திருமணம், மாலையில் வரவேற்பு என ஒரு நாள் நிகழ்ச்சியாகச் சுருங்கி விட்டன.

இருப்பினும் இதில் உள்ள ஒரே ஆறுதல் திருமணச் சடங்குகளில் மாற்றமில்லை. போதுமான அளவிற்கு சடங்குகளைக் கடைப்பிடிக்கிறார்கள். அவை ஒவ்வொன்றிற்கும் தத்துவங்கள் உள்ளன.

அவற்றுள் குறிப்பிடத்தக்க சிலவற்றைக் காண்போம்.

திருமணத்தின் முதல் சடங்காக அரசாணிக்கால் வைப்பது அமைந்திருக்கிறது. சுமங்கலிகள் சூழ்ந்து நின்று அரச மரத்தின் கிளையை பாலும் பன்னீரும் விட்டுப் பூசித்துப் பதித்து வைப்பார்கள். ஏன் அவ்விதம் செய்ய வேண்டும்?

அரச மரத்தின் வேரில் பிரம்மதேவரும், நடுப்பகுதியில் திருமாலும், நுனியில் சிவமூர்த்தியும் இருப்பதாகக் கருதப்படுகிறது. அதனால் அதைப் பதித்து வைப்பதின் மூலம் மும்மூர்த்திகளையும் அங்கு எழுந்தருளச் செய்கிறார்கள்.

கும்பத்தில் வைக்கப்படும் நீர் கங்கையாகக் கருதப்படுகிறது. ஆகவே கும்பத்தில் நீர் வைத்து வழிபடுகிறார்கள்.

அனைத்திற்கும் அக்கினியே சாட்சி. அக்கினியால்தான் உலகம் இயங்குகிறது. உயிரும் நிலைபெறுகிறது. அதனால்தான் வேள்வித்தீ மூட்டி வழிபடுகிறார்கள்.

மாங்கல்யம் கட்டுவது ஏன்?

திருமணத்தின் பிரதான நிகழ்ச்சியான தாலி கட்டுதல் என்னும் சடங்கைப் பற்றிப் பார்ப்போம். தாலம் என்பது பனையோலையைக் குறிக்கும். தமிழரின் பண்பாட்டு வரலாறு பழங்காலத்தில் பனை யோலையை ஒழுங்கு செய்து மஞ்சள் கயிற்றில் கோத்து மணமகள் கழுத்தில் கட்டுவார்கள் என்று கூறுகிறது. தால ஓலையில் கட்டிய தால் அதற்குத் தால என்று பெயரானது. அதன் பிறகே தங்கத்தால் மாங்கல்யம் செய்து அணிவது என்பது ஏற்பட்டது.

மாங்கல்யக் கயிறு ஒன்பது இழைகளைக் கொண்டதாக அமைக்கப்பட்டு அதற்கான விளக்கமும் தரப்படுகிறது.

வாழ்க்கையை உள்ளது உள்ளபடி புரிந்து கொள்ளுதல், மேன்மை, தூய்மை, ஆற்றல், மனஉறுதி, தன்னடக்கம், விவேகம், தொண்டுள்ளம், தெய்வீக குணம் இவற்றை ஏற்று வாழ வேண்டும் என்பதற்காகவே ஒன்பது இழைகள் அமைக்கப்பட்டன.

கணவன் மனைவி கழுத்தில் மாங்கல்யம் கட்டும்போது மூன்று முடிச்சுகள் போட வேண்டும் என ஏன் அமைத்தார்கள் என்பதற்கும் விளக்கம் தரப்பட்டிருக்கிறது.

மனைவி கணவனை உணர்ந்து நடந்து கொள்ள வேண்டும் என்பதை உணர்த்த முதல் முடிச்சு. கணவனின் சுற்றத்தார் பற்றி அறிந்து நடந்து கொள்ள வேண்டும் என்பதற்கு இரண்டாவது முடிச்சு. ஊரார் மெச்ச சமுதாயக் கடமைகளை நிறைவேற்ற வேண்டும் என்பதைக் குறிப்பிடுவதற்காக மூன்றாவது முடிச்சு.

அம்மி மிதிப்பது ஏன்?

திருமணச் சடங்குகளில் அம்மி மிதித்தல் என்பதை மிகவும் முக்கிய மானதாக வைத்திருக்கிறார்கள். கல்லால் செய்யப்பட்ட அம்மியின் மீது மணமகன் தன் கைகளால் மணமகளின் கால்களைப் பற்றி எடுத்து வைக்க வேண்டும் என்பது காலங்காலமாகக் கடைப் பிடிக்கப்படும் சடங்கு.

தங்கத்தினாலேயே அம்மி செய்து வைக்கும் தகுதி படைத்தவராக இருந்தாலும் அது செல்லாது. கல்லினால் செய்யப்பட்ட அம்மியில் தான் கால் வைக்க வேண்டும். அதற்கு காரணம் உண்டு. தமிழில் ஒவ்வொரு சொல்லுக்கும் வேர்ச்சொல் - கிளைச்சொல் என உண்டு. வேர்ச்சொல்லின் அடிப்படையில் அமைவது கிளைச்சொல். அதன்படி கல் என்ற வேர்ச்சொல்லில் இருந்து தோன்றியதுதான் கற்பு என்ற கிளைச்சொல். கல் தன் மேல் பாரம் விழுந்தால் உடைந்து விழுமே தவிர வளைந்து கொடுக்காது. அதுபோலத்தான் ஒரு பெண்ணுக்கும் கற்புநெறிக்குத் தீங்கு நேர்ந்தால் உடைந்து விழலாமே தவிர வளைந்து கொடுக்கக்கூடாது என்பதற்காகத்தான் கல்லினால் செய்த அம்மியின்மீது கால் வைப்பது என்ற சடங்கை ஏற்படுத்தினார்கள்.

அதிலும் அதை மணமகன் கையால் பற்றி எடுத்து வைக்க வேண்டும் என்று ஏன் வைத்தார்கள்? மணமகன் அவள் காலைப் பற்றி "பெண்ணே! எங்கள் குடும்பப் பெருமை, குல கௌரவம்

அனைத்தையும் உன் காலடியில் வைக்கிறேன். இறுதிவரை உறுதி யாக இருந்து அதைக் காப்பாற்று" என்று வேண்டுவதற்கு அடையாள மாகத்தான் அதை அப்படி வைத்தார்கள்.

இந்தச் சடங்கை அம்மியில் கால் வைப்பதோடு நிறுத்தி விடவில்லை. அம்மி மிதித்து அருந்ததி பார்த்து என தொடர்ந்தார்கள்.

அருந்ததி பார்ப்பது ஏன்?

நமது புராணங்களில் எத்தனையோ கற்பரசிகள் வாழ்ந்து அற்புதங்கள் செய்த வரலாறுகள் நிறைய உண்டு. எனினும் அவர் களுக்குள்ளே அருந்ததிக்கென தனி சிறப்பு உண்டு.

தமது கணவர் சப்தரிஷி மண்டலத்திற்குச் சென்று நட்சத்திரமாக நிலைபெற்று விட்டார் என்பதை அறிந்த அருந்ததி ஒரு போதும் அவரை விட்டுப் பிரியக்கூடாது என்ற நோக்கத்தோடு கடுந்தவம் புரிந்து தானும் அவருக்குப் பக்கத்தில் நட்சத்திரமாக நிலைபெறும் வரத்தைப் பெற்றாள்.

அதனால்தான் மணப்பெண் எப்போதும் கணவனை விட்டுப் பிரியாமல் இருக்க வேண்டும் என்பதற்காக அருந்ததி பார்த்தல் என்ற சடங்கை ஏற்படுத்தினார்கள்.

கோயில் வழிபாடு ஏன் ?

இனி திருக்கோயில் வழிபாடு பற்றியும், அதைச் சார்ந்த சடங்கு பற்றியும், அவற்றுக்குச் சான்றோர் அமைத்திருக்கும் தத்துவங்கள் பற்றியும் பார்ப்போம். கோ என்பது இறைவனைக் குறிக்கும். இல் என்பது அவன் தங்கும் வீடு. ஆக இறைவன் இருக்கும் இடம் கோயில். இதேபோல் ஆ என்பது ஆன்மாவைக் குறிக்கும். லயம் என்பதற்கு சேருமிடம் என்பது பொருள். ஆக ஆன்மாக்கள் லயிப்பதற்குரிய இடம் ஆலயம்.

"இறைவன் எங்கும் இருக்கிறான் என்கிறீர்களே! பிறகெதற்குக் கோவிலுக்குச் சென்று வழிபட வேண்டும்?" என்று ஒருவர் திருமுருக கிருபானந்த வாரியாரிடம் கேட்டார். அப்போது அவர், "பசுவின் பால் மிகவும் நல்லது என்று கறந்து குடிக்கிறீர்களே! அந்தப் பால் அதன் உடம்பில் எங்கேயிருக்கிறது! பசுவின் ரத்தம்தான் பாலாக மாறுகிறது என்பதால் பசுவின் உடல் முழுவதும் இருக்கிறது. அதற்காக அதன் கொம்பைப் பிடித்துக் கறந்தால் பால் வருமா? வாலைப் பிடித்துக் கறந்தால் பால் வருமா? மடியைப் பிடித்துக் கறந்தால் மட்டும்தான் பால் வரும். அதே போல் இறைவன் எல்லா இடங்களிலும் இருந்தாலும் அவனுடைய சாந்நித்யம் ஈர்க்கப்பட்டு இறை வடிவாக பிரதிஷ்டை செய்யப்பட்ட இடத்தில்தான் அவனது அருளைப் பெற முடியும்" என்றார். அதுவே இன்று வரை அந்த வினாவிற்கான வலிமையான விடையாக விளங்குகிறது.

ஒரு மனிதன் காலை நீட்டிப் படுத்துக் கொண்டிருப்பதாக வைத்துக் கொள்வோம். இப்போது அவனுடைய அங்கங்களில் பாதம் இருக்குமிடம் கோபுரம். நாபி பலிபீடம். மார்பு மகா மண்டபம். கழுத்து அர்த்த மண்டபம். தலை இருக்கும் இடம் தான் கர்ப்ப கிரகம். இதில் புருவமத்தி சிவலிங்கம். வலது செவி தட்சிணாமூர்த்தி. இடது செவி சண்டிகேச்வரர். சிரத்தின் உச்சியே கர்ப்ப கிரகத்தின் விமானமாகும்.

பிரசித்திப் பெற்ற திருக்கோவில்களில் ஐந்து பிரகாரங்கள் இருக்கின்றனவே! அவை எவற்றைச் சுட்டிக்காட்டுகின்றன?

மனித உடம்பை பஞ்சகோசங்கள் கொண்டவை என பகுத்து வைத்திருக்கின்றனர். கோசம் என்றால் சட்டை. இவற்றுள் முதன்மையாக விளங்குவது அன்னமய கோசம் என்பது தான். இது மட்டும்தான் நம் கண்ணிற்குத் தெரியக் கூடியது. நமது உடல் அன்னத்தை ஆதாரமாகக் கொண்டு வாழ்வது தானே? அதனால் தான் இது ஸ்தூல சரீரம் என சொல்லப்படுகிறது.

இதற்குப் பின் உள்ள நான்கும் கண்ணுக்குத் தெரியாதவை. சிந்தனையால் உணரக்கூடியவை.

அவற்றுள் பிராணமய கோசம் சூட்சும சரீரம் என்றும், மனோமய கோசம் குண சரீரம் என்றும், விஞ்ஞானமய கோசம் கஞ்சுக சரீரம் என்றும், ஆனந்தமய கோசம் காரண சரீரம் என்றும் சொல்லப்படுகின்றன.

ஆக இவை ஐந்தும்தான் கோயில்களில் ஐந்து பிரகாரங்களாக விளங்குகின்றன.

தேங்காய் உடைப்பது ஏன்?

தேங்காய் உடைத்தல் என்னும் சடங்கு சைவ சித்தாந்தத்தின் சாரமாக விளங்குகிறது. பதி, பசு, பாசம் எனும் முப்பொருளில் பதியாகிய இறைவனை பசுவாகிய உயிர்கள் அடைய முடியாமல் தடுப்பது பாசமாகிய முத்தளைகளாகும். அவை ஆணவம், கன்மம், மாயை எனப்படும்.

மாயை என்பது தவறான ஒன்றை சரியானதுபோல் காட்டி நம்ப வைத்து அதில் மூழ்க வைத்து, மீண்டு வர முடியாமல் செய்து விடும். கர்மம் என்பது முன்ஜென்ம வினைகளின் விளைவாகும் என்பதால் அவை பல்வேறு வடிவங்களில் வந்து பற்றும். ஆணவமலம் என்பது கடுமையானது. அதை உடைத்துப் பிளக்க வேண்டும்.

இப்போது தேங்காயைப் பார்ப்போம். அதன் மட்டை மாயா மலம். அதை பிரிக்க வேண்டும். அடுத்துள்ள நார் உரிக்க உரிக்க வந்து கொண்டே இருக்கும். அது கர்மா என்ற கன்ம மலம். அடுத்துள்ள கடினமான ஓடு ஆணவ மலம். அதை உடைக்க வேண்டும்.

மாயையாகிய மட்டையைப் பிரித்து, கன்மமாகிய நாரை உரித்து, ஆணவமாகிய ஓட்டை உடைத்தால் அருளாகிய தேங்காயில் ஞானமாகிய நீர் கிடைக்கும். இதுவே தேங்காயின் தத்துவம்.

கற்பூரம் ஏற்றுவது ஏன்?

எந்தப் பொருளை எரித்தாலும் அதன் சுவடு - கறை - சாம்பல் சிறிதேனும் மிஞ்சி நிற்கும். கற்பூரம் மட்டும்தான் முழுவதும் எரிந்து அதன் அடையாளமே இல்லாமல் போய்விடும்.

இப்பொழுதுள்ள கற்பூரங்கள் அப்படியில்லையே என்று கேட்காதீர்கள். அதிலும் கலப்படம் வந்துவிட்டது. உண்மையான கற்பூரம் என்பது முழுமையாக எரிந்து ஒன்றுமே இல்லாமல் சிறு அடையாளம்கூட இல்லாமல் எரிந்து விடும்.

இதன் பொருள் என்ன? இறைவா! இந்த கற்பூரம் ஒரு சிறிதும் தனது என்ற அடையாளம் ஏதுமின்றி எரிந்து போவதுபோல், இந்த உலகத்தின் பந்தங்கள் என்று எதுவும் என்னுள் இல்லாமல் எரிந்து நான் உன்னோடு இரண்டறக் கலந்துவிட வேண்டும் என்பதுதான்.

எந்த அபிஷேகத்திற்கு என்ன பலன்?

சன்னதியில் தெய்வத்திற்கு நடக்கும் அபிஷேகப் பொருட்களைக் கோயிலாரே வாங்கிக் கொள்வார்கள் என்றாலும், பக்தர்கள் அவரவர் சூழலுக்கு ஏற்பப் பொருட்கள் வாங்கித் தருவதுண்டு. இப்படிச் செய்யப்படும் அபிஷேகங்கள் ஒவ்வொன்றிற்கும் அதற்குரிய பலன்கள் சொல்லப்பட்டுள்ளன.

பாலாபிஷேகம் ஆயுள் விருத்தி தரும்.

தயிரால் செய்யப்படும் அபிஷேகம் மக்கட்பேறு அளிக்கும்.

ஆனால் அதில் கடைந்தெடுத்த நெய் அபிஷேகமோ மோட்சம் என்ற வீடுபேற்றை அளிக்கும்.

கரும்புச்சாறு அபிஷேகம் நோய்களை நீக்கும்.

பழவர்க்க அபிஷேகம் பாவங்களை நீக்கும்.

இளநீர் அபிஷேகம் போகங்களை அளிக்கும்.

தேனாபிஷேகம் இனிய குரலையும் சுகத்தையும் அளிக்கும்.

பஞ்சகவ்ய அபிஷேகம் தூய்மையை உண்டாக்கும்.
பஞ்சாமிர்த அபிஷேகமோ எடுத்த காரியங்களில் வெற்றியைக் கொடுக்கும்.
நெல்லி முள்ளிப்பொடி அபிஷேகம் கொடிய வியாதிகளையும் நீக்கும்.
மாப்பொடி கடன்களை நீக்கும்.
மஞ்சள் பொடியோ வசீகரணம் தரும்.
எண்ணெய் சுகம் தரும்.
சந்தனாபிஷேகம் லக்ஷ்மீகரம் எனும் செல்வத்தைத் தரும்.
அன்னாபிஷேகமோ பதவி உயர்வைத் தரும்.

இவ்விதம் தனித்தனியே அதற்கென பலன்கள் சொல்லப் பட்டிருந்தாலும் எல்லா அபிஷேகங்களையும் நாம் அருகில் இருந்து காண்பதால் எல்லா நன்மைகளையும் நமக்குத் தரும் எனலாம்.

எந்த தீபம் எதனைக் குறிக்கிறது!

அபிஷேகத்திற்குப் பிறகு காண்பிக்கப்படும் தீபங்களுக்கு அரிய தத்துவங்கள் சொல்லப்பட்டுள்ளன.

சுவாமிக்குக் காண்பிக்கப்படும் தூபம் பிரபஞ்சத்தையும், தீபம் ஆனந்தத்தையும் குறிப்பிடுகின்றன. வெவ்வேறு வடிவான தீபங்கள் வெவ்வேறு தத்துவங்களின் குறியீடுகளாக விளங்குகின்றன.

நாகதீபம் - யோக சக்தி, ரிஷப தீபம் - போக சக்தி, புருஷாமிருக தீபம் - கிரியா சக்தி, அலங்கார தீபம் - ஞானத்தின் அழகு, மேரு தீபம் - பஞ்ச கோசம், நட்சத்திர தீபம் - சூட்சும உடல், கடதீபம் - உயிர், கற்பூர தீபம் - மோகத்தை எரித்தல்.

இதே போல் தட்டுகளின் எண்ணிக்கைக்கும் சில விளக்கங்கள் உண்டு. ஒன்பது தட்டுக்கள் - நவ துவாரங்கள், ஏழு தட்டுகள் - சப்த தாதுக்கள், பஞ்ச தட்டுகள் - பஞ்சபூதங்கள், மூன்று தட்டுகள் - மூன்று குணங்கள், இரண்டு தட்டுக்கள் - பேத அபேதங்கள், ஒரு தட்டு - ஆன்மா.

அபிஷேகத்திற்குப் பிறகு நடக்கும் உபச்சாரங்களுக்கும் விளக்கம் உண்டு. விபூதிரட்சை அணுக்கதிர் இயக்கச் சலனங்கள் எனவும், கண்ணாடி அண்ட பிண்டக் காட்சி எனவும் குறிக்கப்படு கின்றன. இறைவன் அண்ட சராசரங்களுக்கும் அரசன் என்பதால் சாமரம், சுருட்டி, விசிறி முதலானவை ராஜ உபசாரங்களாக அமைகின்றன.

தீபங்கள் பற்றி மேலும் சில செய்திகளைக் காணலாம். இவை அனைத்தும் சான்றோர் பெருமக்கள் நம் பொருட்டு வகுத்துத் தந்திருக்கும் விதிமுறைகள். இவற்றைக் கடைப்பிடிப்பதன் மூலம் இவற்றால் ஏற்படும் நன்மைகளைப் பூரணமாகப் பெற முடியும்.

கிழக்கு நோக்கிய தீபம் ஏற்றினால் கிரகபீடை நீங்கி துன்பங்கள் தீரும்.

மேற்கு நோக்கிய தீபம் ஏற்றினால் சனி தோஷம் நீங்கி கடன் தொல்லைகள் தீரும்.

வடக்கு நோக்கிய தீபம் ஏற்றினால் மங்கலம் பெருகி செல்வம் சேரும்.

தெற்கு நோக்கிய தீபம் ஏற்றக்கூடாது என சொல்லப்பட்டுள்ளது.

இவற்றோடு சாத்திர நூல்களில் சொல்லப்பட்டுள்ள வேறொரு குறிப்பையும் காணலாம். எவ்வெவற்றால் தீபம் ஏற்றினால் என்னென்ன பலன்கள் என சொல்லப்பட்டுள்ளது. இவையெல்லாம் நடைமுறைக்கு எந்த அளவிற்குச் சாத்தியம் என்ற கேள்வி இருந்தாலும் இவ்விதம் சொல்லப்பட்டிருப்பதைத் தெரிந்து கொள்ள லாமே!

தாமரைத் தண்டைத் திரியாக்கி தீபமேற்றினால் முன்வினைப் பாவம் நீங்கும்.

வெள்ளெருக்குத் திரியைக் கொண்டு தீபமேற்றினால் செல்வம் செழிக்கும்.

வாழைத்தண்டுத் திரியைக் கொண்டு தீபமேற்றினால் தெய்வ குற்றம் ஏதேனும் இருந்தால் நீங்கி விடும்.

சிவப்பு நூலைத் திரியாகச் செய்து தீபமேற்றினால் திருமணத் தடை நீங்கும்.

மஞ்சள் நூலைத் திரியாகச் செய்து தீபமேற்றினால் அம்பிகையின் அருள் சித்திக்கும்.

தட்சிணாமூர்த்தி காட்டும் சின்முத்திரையின் பொருளென்ன?

கருவறையில் சுவாமிக்கு நடக்கும் அபிஷேக ஆராதனைகளைக் கண்டு தரிசனம் செய்துவிட்டு உள்ளே சுற்றி வருகிறோம். அப்போது தட்சிணாமூர்த்தி தென்திசை நோக்கி சின்முத்திரை காட்டி அமர்ந் திருப்பதைக் காண்கிறோம். தட்சிணம் என்றாலே தென்திசைதான். அதனால் அருந்தமிழில் அவரை தென்முகக் கடவுள் என்று குறிப்பிடு கிறார்கள். அவரது பாதத்தருகே நான்கு முனிவர்கள் அமர்ந்திருக்க, அவர் சின்முத்திரை காட்டியபடி அமர்ந்திருக்கிறார். அது ஏன் என்பதைக் காண்போம்.

சனகர், சனந்தனர், சனற்குமாரர், சனாதனர் என நான்கு முனிவர்கள் இருந்தார்கள். சிவபெருமான் கல்லால மரத்தின் கீழ் தவத்தில் அமரப் போகும் நேரத்தில் அவரை நாடி வந்தார்கள். "சுவாமி! நாங்கள் நான்கு வேதங்கள், ஆறு சாஸ்திரங்கள், பதினெட்டு புராணங்கள், இருபத்தெட்டு ஆகமங்கள், அறுபத்து நான்கு கலைஞானங்கள், தொன்னூற்றாறு தத்துவங்கள் என அனைத்தையும் கற்றோம். ஆனாலும் உண்மைப் பொருளை உணர முடியவில்லை. தாங்கள் தான் உரைத்தருள வேண்டும்" என வேண்டினார்கள். எம்பெருமான் "நான் தவத்தில் அமரப்போகும் நேரத்தில் வந்து கேட்கிறீர்கள். நான் காட்டும் சின்முத்திரையைக் கொண்டு அதன் பொருளைப் புரிந்து கொள்ளுங்கள்" என்று கூறி கட்டை விரலுக்குள் ஆள்காட்டி விரலை அடக்கி மற்ற மூன்று விரல்களை நிமிர்த்தி சின்முத்திரை காட்டி தவத்தில் அமர்ந்து விட்டார். அவர்களுக்கு உடனே அதன் பொருள் புரிந்து விட்டது.

அப்படி அது எதை விளங்குகிறது? சைவ சித்தாந்த சாரத்தை விளக்குகிறது. சைவ சித்தாந்தம் என்பது பதி, பசு, பாசம் எனும் முப்பொருளைக் கொண்டது.

கட்டைவிரல் : கடவுள் - பதி

சுட்டும் விரல் : உயிர் - பசு

மற்ற விரல்கள் : தளை - பாசம். அவற்றுள் நடுவிரல் - ஆணவம். மோதிர விரல் - கன்மம். சுண்டுவிரல் - மாயை.

பாசங்களாகிய மூன்று விரல்களையும் விலக்கி பசுவாகிய ஆன்மாவைக் குறிப்பிடும் சுட்டுவிரலை பதியாகிய கட்டை விரலுக்குள் ஒடுக்கி ஒன்றி இணைவதே சின்முத்திரையின் பொருளாகும்.

சண்டேசுவரர் முன் கைதட்டுவது ஏன்?

திருச்சேய்ஞலூரில் தோன்றிய விசார சருமன் என்ற ஒன்பது வயது அந்தணப் பிள்ளை, பசுக்கள் மீது கொண்ட அன்பின் காரணமாக அவற்றை மேய்க்கும் பணியை ஏற்றுக் கொள்கிறார். பசுக்கள் பால் சுரப்பது வீணாகாதபடி மணலில் சிவலிங்கம் அமைத்து பால் குடங்களில் அவற்றை ஏந்தி பாலாபிஷேகம் செய்து வழிபடுகிறார். அது கண்ட அவரது தந்தை பால் குடத்தை காலால் எட்டி உதைக்க, பிள்ளை கோலை வீச அது அவர் தந்தையின் காலை வெட்டுகிறது. அது கண்டு ஈசன் தோன்றி, "இனி யாமே உமக்குத் தந்தை" என்று கூறி, தமது சன்னதியில் அமர்ந்து வருகின்ற அடியவரைப் பற்றித் தமக்கு உணர்த்தும் பெருமைக்குரிய பணியை வழங்கி சண்டேசுரபதம் அருள்கிறார்.

சண்டேசுவரர் எப்போதும் தியானத்தில் இருப்பவராதலால் அவரருகே சென்று வணங்கி, "சுவாமியை வணங்க நான் வந்திருக்கிறேன் என்பதை அவருக்கு நினைவுபடுத்துங்கள்" என்று கூறும் முறையில்தான் அவர்முன் லேசாகக் கைத்தட்ட வேண்டும் என சொல்லப்பட்டது. ஆனால் சிலர் அந்த சன்னதியில் நின்று சிட்டிகை போடுவது தவிர்க்கப்பட வேண்டியதாகும்.

அருவமான ஒரே இறைவனுக்கு பல வடிவங்கள் ஏன்?

எல்லாமான பரம்பொருளுக்கு உருவம் கிடையாது என்பதில் எந்த மாற்றமும் இல்லை. அரூபம் - ரூபமற்றது என்பதே இறைவனுக் குரியது. அதனால்தான் திருவாசகம் ஒரு நாமம் ஒருருவம் ஒன்றுமில்லார்க்கு ஆயிரம் திருநாமம் பாடி நாம் தெள்ளேணம் கொட்டோமோ என்று பாடுகிறது. இருப்பினும் பாமர மக்கள் தங்கள் மனதை ஒருநிலைப்படுத்தி வழிபட ஏதேனும் உருவம் தேவை என்பதால்தான் அவரவர் விருப்பத்திற்கேற்ப பல வடிவங்கள் உருவாக்கிக் கொள்ள வழிவகை அமைக்கப்பட்டது. எல்லாமான பரம்பொருள் அருவமாக இருக்க முடியுமென்றால் அவரவர் விருப்பத்திற்கேற்ப உருவமாகவும் வர இயலுமே!

அருவறுக்கும் வடிவங்களில் இறைவன் அவதரிக்கலாமா?

மச்சம், கூர்மம், வராகம் என வரையறுக்கப்பட்ட தசாவதாரங்கள் பரிணாம வளர்ச்சியின் விளக்கங்கள். இந்த நிலவுலகம் ஓர் நாளில் நீர்மயமாய் இருந்தது. அந்த நீர்வாழ் உயிரினங்களுக்கு அடையாள மாக மச்சாவதாரம் - மீன். நீர் வடிந்து சற்று நிலம் தோன்றியது. இரண்டிலும் வாழும் இயல்புக்கு கூர்மாவதாரம் - ஆமை. நீர் குறைந்து நிலத்தின் அளவு நீண்டது. கிழங்குகளை அகழ்ந்து உண்ணும் ஒற்றைக் கொம்புடன் வராக அவதாரம் - பன்றி. வருடங்கள் உருண்டன. வடிவங்கள் மாறின. மனித உடலும் மிருக முகமும் கொண்ட நரசிங்க அவதாரம். அறிவு வளர்ந்தது. ஆள் வடிவம் குறுகியது. வாமனாவதாரம். அரசுகள் தோன்றின. ஆதிக்க வெறிகள் மூண்டன. அவற்றோடு போராட பரசுராம அவதாரம். வாழும் நெறிகள் வகுக்கப்பட்டபோது இராமாவதாரம், வகுத்த நெறிகளைப் பாதுகாக்க பலராம அவதாரம். பாதுகாப்பை மீறிப் பலர் சென்றபோது அவர்களுக்குப் பாடம் புகட்ட கிருஷ்ணாவ தாரம். மீண்டும் இந்த நிலவுலகம் நீர்மயமாகும். அதற்கு அடையாள மாகக் கல்கி அவதாரம். இதுதான் தசாவதாரம்.

இராமாயணம் சொல்வதென்ன?

மனிதர்களுக்கு மூன்று வகை குணங்கள் இருக்கின்றன, ராஜசம், தாமசம், சத்துவம் என்பவையே அவை. நான் சொல்வதைத்தான் எல்லோரும் கேட்க வேண்டும். நான் எதைச் செய்தாலும் ஏற்றுக் கொள்ள வேண்டும் என்ற ஆங்கார குணமே ராஜசம். அதற்கு அடையாளம் இராவணன். யாருக்கு என்ன நேர்ந்தால் என்ன? நான் தூங்கிக் கொண்டேயிருப்பேன் என்பது தாமதம் - கும்பகர்ணன். எது தர்மமோ அதைத்தான் ஏற்றுக் கொள்வேன். எப்போதும் அமைதியாக இருப்பேன் என்பது சாத்வீகம். விபீஷணன். ராஜச, தாமச குணங்களான இராவண கும்பகர்ணரை அழித்து சத்துவ குணத்துக்கு முடி சூட்டுவதே இராமாயணத்தின் உட்பொருள். மெய்யுணர்வாகிய அனுமன் சுட்டிக்காட்ட ஆனந்தமாகிய சீதையை சிறை மீட்டு, அயோத்திக்கு வந்த ஆத்மராமன் அங்கு முடி சூட்டிக் கொள்கிறார் என்பதையே இராம பட்டாபிஷேகமாக நமக்குக் காட்டுகிறது இராமாயணம்.

மகாபாரதத்தின் தத்துவமென்ன?

மனிதனின் உடம்பில் மெய், வாய், கண், மூக்கு, செவி என்ற பஞ்ச இந்திரியங்கள் உள்ளன. இவையே பஞ்சபாண்டவர்கள். மனம் தான் திரௌபதி. நம் மனம் ஒரு புலன் வழி ஒன்றிவிட்டால் மற்ற புலன்களின் உணர்வு அடங்கியிருக்கும். அதன் விளக்கமாகத்தான் பாண்டவர் ஐவரும் திரௌபதியை மணந்தாலும் ஒவ்வோராண்டு ஒவ்வொருவரென வாழ்ந்தனர் என மகாபாரதம் கூறுகிறது. திருதராஷ்டிரன் என்ற குருட்டுத்தன்மை அறியாமை என்ற காந்தாரியோடு இணைந்து நூற்றுக்கணக்கான தீய குணங்களை உருவாக்கியுள்ளது.

புலன்களாகிய பாண்டவர்களுக்கும், தீய குணங்களான கௌரவர் களுக்கும் இடையில் போர் நடந்து கொண்டே இருக்கிறது. திரௌபதியாகிய மனம் அதைத் தூண்டி விட்டுக் கொண்டே இருக்கிறது என்றாலும், இந்தப் போரில் தர்மம் வெல்ல ஞானம் வழி

காட்ட வேண்டும். அதுவே பரமாத்மா கண்ணன். இதுவே மகாபாரதம்.

தத்துவ ஞானிகளான சான்றோர் பெருமக்கள் இவ்விதம் இரு இதிகாசங்களுக்கும் அரிய கருத்துக்களை வழங்கியுள்ளனர்.

அட்ட பந்தனம் என்பதென்ன?

ஒவ்வொரு திருக்கோவிலுக்கும் குடமுழுக்கு எனும் கும்பாபி ஷேகம் பன்னிரெண்டு ஆண்டுகளுக்கு ஒருமுறை நடத்தப்பட வேண்டும் என்பது மரபு. அப்போதுதான் அங்குள்ள சாந்நித்யம் நிலை பெற்றிருக்கும்.

குடமுழுக்கு செய்வதற்கு முன் கருவறை விக்கிரகத்தை பாலாலயம் என தனியே வைத்துப் பாதுகாத்து குடமுழுக்கு நாளில் மீண்டும் கருவறையில் - கர்ப்ப கிரகத்தில் பிரதிஷ்டை செய்வார்கள். அப்போதுதான் எட்டுப் பொருட்களைக் கொண்டு அட்டபந்தனம் செய்து சுவாமியை அதில் நிறுத்துவார்கள். அனைத்தையும் ஆட வைக்கும் இறைவனை ஆடாமல் நிலை பெறச் செய்வதற்காகவே செய்யப்படுவதுதான் அட்டபந்தனம்.

கொம்பரக்கு, சுக்கான்தூள், குங்குலியம், கற்காவி, செம்பஞ்சு, சாதி லிங்கம், தேன்மெழுகு என்னும் ஏழு பொருட்களையும் நன்கு இடித்து எருமை வெண்ணெயில் சேர்ப்பார்கள். அதில்தான் அனைத்தும் இறுக்கமாகக் கலக்கும். அதன் மீதுதான் கருவறை விக்கிரகத்தை நிறுத்துவார்கள். இதை ஒரு பாடல் சொல்கிறது.

> கொம்பரக்கு சுக்கான்தூள் குங்குலியம் கற்காவி
> செம்பஞ்சு சாதிலிங்கம் தேன்மெழுகு – தம்பழுது
> நீக்கி எருமைவெண்ணெய் கூட்டி நன்கிடித்து
> ஆக்கல் அட்டபந்தனம் ஆம்

குடமுழக்கின் தத்துவம் என்ன?

குடமுழுக்கு எனும் கும்பாபிஷேகம் கும்பத்தில் உள்ள இறையாற்றலான நீரை பிம்பத்தால் சேர்ப்பதாகும். இதனைப் பெருஞ்சாந்தி என்றும் குறிப்பிடுவர்.

இறைவன் சோதி வடிவானவன். இங்குள்ள பாடல் வரிகள் அதனை அழகாக எடுத்துக்காட்டுகின்றன.

ஆதியும் அந்தமும் இல்லா அருட்பெருஞ்சோதி...
சோதியே சுடரே சூழொளி விளக்கே

- திருவாசகம்

திருவையாறு அகலாத செம்பொற் சோதி

- தேவாரம்

தீப மங்கள சோதி நமோ நம

- திருப்புகழ்

அலகில் சோதியன் அம்பலத்தாடுவான்

- பெரிய புராணம்

அருட்பெஞ்சோதி தனிப்பெருங்கருணை

- திருவருட்பா

அந்தச் சோதியை வேள்வி நடத்தி அந்த சிவாக்கினியில் விளையுமாறு செய்து கும்பத்தில் ஆவாஹனம் செய்வார்கள். நெருப்பிலிருந்த இறைவன் நீராகிறான். அந்த நீரை விக்கிரகத்தின் மீது ஊற்றும்போது அதில் சாந்நித்யம் ஏற்படுகிறது.

அதற்கு முன் அது கல். கும்பநீர் ஊற்றப்பட்ட பின் அது தெய்வம். அது எப்படி? வெறும் காகிதம் சர்க்கார் அச்சிட்டதும் ரூபாய் நோட்டாக மாறுகிறதல்லவா? அப்படித்தான்!

புதிய ஆலய கும்பாபிஷேகம் ஆவர்த்தம் எனப்படும். பழைய ஆலயத் திருப்பணிச் செய்தல் புனராவர்த்தம் எனப்படும். அதனிலும் இது சிறப்பு. புதிய நூல் எழுதுவதிலும் பழைய சுவடியைப் பாதுகாத்து நூலாக்குதல் சிறப்பல்லவா?

எண்குணத்தான் என்றும் எட்டு வடிவினன் என்றும் சொல்லப்படும் ஈசனை அந்த எட்டு வடிவிலும் நிலைநிறுத்துவது குடமுழுக்கின் சிறப்பாகும்.

மண் வடிவில் - குடம்

நீர் வடிவில் - தீர்த்தம்

தீ வடிவில் - யாகம்

காற்று வடிவில் - மந்திர உச்சாடனம்

ஆகாய வடிவில் - ஒலியின் விரிவாக்கம்

சூரிய வடிவில் - சுடர்விடும் ஒளி

சந்திர வடிவில் - மனத்தின் குழைவு

ஆன்ம வடிவில் - உயிர்களின் கூட்டு வழிபாடு

இவ்விதம் ஒவ்வொரு சடங்கிற்குப் பின்னாலும் ஒரு தத்துவம் இருக்கிறது. இங்கு சொல்லப்பட்டவை சிறிதளவேதான். இதே போல் புராண நிகழ்வுகள் ஒவ்வொன்றிலும் அரிய தத்துவங்கள் நிறைந்திருக்கின்றன. அவை எல்லையற்று விரிந்து கொண்டே செல்கின்றன.

எது எப்படியிருந்தாலும் இறைவன் அருளைப் பெற நமக்குத் தேவை தூய்மையான பக்திதான். அதனால் மன ஒருமைப்பாட்டுடன் இறைவனைத் தியானித்து அவன் அருளைப் பெறுவோம்.

ௐ